AF658893

മധുര മിഠായി

മുംതാസ് പടമുഗൾ

കോഴിക്കോട് കണ്ണമ്പറമ്പിൽ വലിയപുരയ്ക്കൽ നിന്നു കൊച്ചിയിലേക്കു ചേക്കേറിയ കുടുംബപരമ്പരയിലെ അംഗം. മാടവന, ഷോഭിത മൻസിലിൽ കെ. എ. നൂറുദ്ദീന്റെയും മറിയംബീവിയുടെയും നാലാമത്തെ പുത്രി. പനങ്ങാട് വി.എച്ച്.എസ്.എസ്സിൽ പ്രാഥമിക വിദ്യാഭ്യാസം. 'ഒരു കൊച്ചുവളപ്പൊട്ടിന്റെ ദുഃഖം', 'ദ്വി' എന്നിവയാണു പ്രസിദ്ധീകരിച്ച കൃതികൾ.
ജീവിതപങ്കാളി അബ്ദുൽ കരീം വി.ഐ.
മക്കൾ: തൗസിൽ വി.എ, യൂസഫ് അൻസിൽ

വിലാസം:
വലിയ വീട്ടിൽ, മസ്ജിദ് ഇല്ലത്ത് മുഗൾറോഡ്,
തൃക്കാക്കര പി.ഒ, പടമുഗൾ, എറണാകുളം ജില്ല
പിൻ: 682021

മുംതാസ് പടമുഗൾ

മധുര മിഠായി

(ബാലസാഹിത്യം)

FEMINGO BOOKS

വില: 90 രൂപ

Madhura Mittayi
By Mumtaz Padamugal
Malayalam Childrens Literature

Published by:-
FEMINGO BOOKS
femingobooks@gmail.com
Ph: 90740 98776, 8301034604

Cover Design:
Ani Varavila

Copyright:
Femingo Books

Printed in India
at Penta Offset

Edition:
First Editon April 2022
Copies: 1000

Price: Rs. 90

ISBN: 978-93-91085-67-4

No part of this book's content will not be used in any format without prior permission from the publishers. Copyright to publisher. All right reserved to Femingo Books, Maxlive Media Solutions Pvt Ltd

പ്രസാധകക്കുറിപ്പ്

കുട്ടികളുടെ ഭാവനയ്ക്ക് അതിരുകളില്ല. അവരുടെ ലോകത്ത് ഒന്നും അസംഭവ്യമായും ഇല്ല. അവർക്ക്, ആമയും മുയലും ആനയുമൊക്കെ ഒരു പോലെയാണ്. കുട്ടികളെ പോലെയവരും സംസാരിക്കും, ചിന്തിക്കും ചിരിക്കും പറയും. അതിൽ നിന്നൊക്കെ അവർ വലിയ പാഠങ്ങൾ പഠിക്കും. ലോകത്തിൽ ഇത്തരം സാരോപദേശ കഥ കൾ ഒരുപാട് ഉണ്ടായിട്ടുണ്ട്. ഈ ആധുനിക തലമുറയിൽ കുട്ടി കൾക്ക് ഇത്തരത്തിൽ ചില കുഞ്ഞിക്കഥകളുമായി എത്തിയിരിക്കു കയാണ് മുംതാസ് പടമുഗൾ. കുട്ടികൾക്ക് വായിക്കാനും രസി ക്കാനും ഓർത്തോർത്ത് പുതിയ കഥകളിലേക്ക് പോകാനും കഴി യുന്ന വിധത്തിലാണ് ഇത് അവതരിപ്പിച്ചിരിക്കുന്നത്. ഫെമിംഗോ ബുക്സിന്റെ ആദ്യ ബാലസാഹിത്യകൃതിയാണിത്. പ്രസാധനത്തിൽ കൂടെ നിന്ന എല്ലാവർക്കും നന്ദി പറയുന്നു.

ദുർഗ മനോജ്

പ്രാർത്ഥന:
പ്രപഞ്ചശക്തിയോട്.

കടപ്പാട്:
എന്നെ ഞാനാക്കാനുതകിയ എല്ലാ അനുഭവങ്ങളോടും
പ്രതിസന്ധികളോടും

സ്നേഹം:
പ്രിയപ്പെട്ട അക്ഷരങ്ങളോടും ഭൂമിയിലെ
സകല ചരാചരങ്ങളോടും

നന്ദി:
മധുര മിഠായി യാഥാർത്ഥ്യമാക്കിയ
ഫെമിൻഗോ ബുക്സിനോട്

സമർപ്പണം:
പിറന്നതും പിറക്കാനിരിക്കുന്നതുമായ
സകല കുരുന്നുകൾക്കും.

ഉള്ളടക്കം

അവതാരിക

മുംതാസ് പടമുഗൾ എന്ന എഴുത്തുകാരി, കവിതകളിലൂടെ വായനക്കാർക്കു സുപരിചിതയാണ്. മുംതാസിന്റെ കഥകൾ ആകാശവാണി, കൊച്ചി എഫ്.എം. നിലയത്തിന്റെ 'ഒരിടത്തൊരിടത്ത്' എന്ന കഥ പറച്ചിൽ പരമ്പരയിലൂടെ ധാരാളം പേർ ശ്രദ്ധിച്ചിട്ടുള്ളതുമാണ്. ഈ എഴുത്തുകാരിയുടെ തൂലികയിൽ പിറന്ന ഒരു ബാലസാഹിത്യകൃതി കൂടി ഇതാ പ്രകാശിതമാകുന്നു. 'മധുരമിഠായി' എന്നാണു പുസ്തകത്തിന്റെ പേര്. മധുരമൂറുന്ന മുപ്പത്തൊന്നു കഥകൾ നിറഞ്ഞ ഒരു മധുരക്കൂടയാണു മധുരമിഠായി എന്ന ഈ പുസ്തകം.

ലോകത്തിന്റെ എല്ലാ ഭാഗത്തും ജീവജാലക്കഥകൾ പണ്ടു മുതൽക്കേ പ്രചാരത്തിലുണ്ട്. കാറ്റത്ത് ഒരു മരച്ചില്ലയിളകുമ്പോൾ അതു തലയാട്ടുകയും കൈവീശുകയുമാണെന്ന് അതു കണ്ടു നിൽക്കുന്ന കുരുന്നുകളിൽ തോന്നലുളവാക്കാം. മനുഷ്യർ ചെയ്യുന്ന എല്ലാക്കാര്യങ്ങളും, ഉദാഹരണത്തിനു പാഠശാലകളും, ഭാഷാവൈവിധ്യങ്ങളും, എന്തിനേറെ പണം കൈകാര്യം ചെയ്യുന്നവരായിട്ടു പോലും നാം ജന്തുക്കളെ ചിത്രീകരിച്ചു കളയും. അതിന്റെ സാമൂഹികവും മന:ശാസ്ത്രപരവുമായ ഘടകങ്ങൾ വിശകലനം ചെയ്തുകൊണ്ട് എത്രയോ പഠനങ്ങളുണ്ടായിട്ടുണ്ട്. നാടോടിക്കഥകളിലാണ് ഓരോയിടത്തെയും സംസ്കാരത്തിന്റെ ആദി മുദ്രകൾ ഒളിച്ചു കിടക്കുന്നത്. ആ ഒരു പാരമ്പര്യം തുടരുകയാണു മുംതാസിന്റെ കഥകളിലും.

തവളക്കുട്ടനു വേണ്ടി പെയ്തിറങ്ങുന്ന നീർമണികൾ. നാണയങ്ങളെ കളിയാക്കുന്ന നോട്ടുകൾ, മിഠായിയപ്പൂപ്പന്റെ മിഠായികൾ, അമ്മാളുവിനു കുപ്പായത്തിനു പകരമായി കിട്ടിയ പൈക്കിടാവ്, കുട്ടുമോനും കൂട്ടുകാരും തുടങ്ങിയ ബിംബങ്ങൾ ഒക്കെ ഈ കഥകളിലൂടെ കുഞ്ഞുങ്ങളിലേക്ക് എത്തുകയാണ്. ഈ കഥകളിലെമ്പാ

ടും പ്രകൃതിയും ജീവജാലങ്ങളുമുണ്ട്. സ്വാഭാവിക വളർച്ചയേയും പരിസ്ഥിതി വ്യവസ്ഥകളേയും മുംതാസ് കഥകളിൽ ഒരു പട്ടംപോലെ പറത്തിവിടുന്നുണ്ട്. ലളിതമായ വാക്കുകളിൽ കുട്ടിക്കഥകൾ എഴുതാനുള്ള കഴിവുണ്ടെന്നതു മാത്രമല്ല വേണ്ടുവോളം ഭാവനാസമൃദ്ധവുമാണു മുംതാസിന്റെ എഴുത്തു വഴികളെന്നതു എടുത്തു പറയേണ്ടതാണ്.

ബാലസാഹിത്യലോകം ഭാവനയില്ലായ്മയാലും ഭാഷാശോഷണത്താലും ആകെ വരണ്ടിരിക്കയാണ്. മാതൃഭാഷ പഠിക്കേണ്ടതിന്റെ ആവശ്യകത കൂടി ഇതിലെ ഒരു കഥയിൽ സൂചിപ്പിച്ചിരിക്കുന്നതും നമുക്കു കാണാം. കുട്ടികൾ സ്വതന്ത്രമായി വളരുകയും ജീവിക്കുകയും ചെയ്യുന്ന ലോകമാണു മുംതാസിന്റെ സ്വപ്നം. അതിനായി കുട്ടികളെ മാത്രമല്ല മുതിർന്നവരേക്കൂടി സ്വാധീനിക്കാൻ കഴിവുള്ള ചില കഥകൾ പറയുകയാണു മുംതാസ്.

പാമ്പിനെയും പുലിയേയുമൊക്കെ പേടിയോടെ നോക്കിക്കാണുന്നതിൽ മുംതാസും പിന്നിലല്ലെന്നു മനസ്സിലാകുന്നു. പ്രകൃതിയിൽ മനുഷ്യനും മറ്റു ജീവികൾക്കും തുല്യപ്രാധാന്യമേയുള്ളൂ. ജന്തുലോകത്തിനു കഥകൾ പറയുന്ന പ്രവണതയുണ്ടെങ്കിൽ ഒരേയൊരു ഭീകരജീവിയെ മാത്രമേ അവർക്ക് അവതരിപ്പിക്കാനുണ്ടാകൂ, അതു മനുഷ്യൻ ആയിരിക്കും.

ലോകത്തെ ഏറ്റവും പ്രാചീനമായതും ഒരിക്കലും വിരസമാകാത്തതുമായ കല കഥാരചനയാണ്. അക്ഷരഖനികളിലേക്കു സ്വയം ആഴ്ത്തപ്പെടുന്ന നല്ല പുസ്തകങ്ങൾ എഴുതാൻ ഇനിയും മുംതാസിനു കഴിയട്ടെ. മുൻപുള്ളതു പോലെ തന്നെ തെളിമയും ആത്മാർത്ഥയും പദലാളിത്യവും മുംതാസിന് എന്നും കൂട്ടായിരിക്കട്ടെ. വീണ്ടും വീണ്ടും വായിക്കപ്പെടാൻ കൊതിക്കുന്ന ഒരു പുസ്തകമായിതു മാറട്ടെ.

അരികും മൂലയും കീറിയ, പൊടിയാൻ തുടങ്ങിയ ഏടുകളുള്ള ഒരു പുസ്തകം കണ്ടാലറിയാം പല പല കുഞ്ഞുവിരൽ സ്പർശനങ്ങൾ അതേറ്റു വാങ്ങിയിട്ടുണ്ടെന്ന്. മുംതാസിന്റെ ഈ പുസ്തകവും അതുപോലെ സമൃദ്ധ വായനയാൽ അനുഗ്രഹീതമാകട്ടെ എന്നാശംസിക്കുന്നു.

സ്നേഹാശംസകളോടെ,
വി. എം. ഗിരിജ

13.03.2021
കൊച്ചി- 21

ഒന്ന്
പൂമീനും കുഞ്ഞനുറുമ്പും

ഒരിടത്തൊരിടത്ത് ഒരു കുഞ്ഞുതടാകത്തിൽ ഒരു പൂമീൻ താമസിച്ചിരുന്നു. ഈ സമയം, ആ തടാകക്കരയിലേക്കു കൂട്ടുകാരായ കാരാമയും കുഞ്ഞനുറുമ്പും താമസത്തിനെത്തി. പതിയെപ്പതിയെ പൂമീനും കുഞ്ഞനുറുമ്പും കൂട്ടുകാരായി. പൂമീൻ തടാകത്തിൽ തുള്ളിച്ചാടിക്കളിക്കും. ഇതുകണ്ടു കുഞ്ഞനുറുമ്പ് കൈകൊട്ടിച്ചിരിക്കും. പക്ഷേ, കാരാമയ്ക്ക് ഈ കൂട്ടുകെട്ടുകണ്ട് ഒട്ടും സഹിച്ചില്ല. പൂമീനിനെ കിട്ടിയപ്പോൾ കുഞ്ഞനുറുമ്പിനു തന്നെ വേണ്ട. അവനെ ഒരു പാഠം പഠിപ്പിക്കണം, കാരാമ തീരുമാനിച്ചു.

പിറ്റേ ദിവസം കാരാമ സ്നേഹം നടിച്ചു കുഞ്ഞനുറുമ്പിനടുത്തെത്തി. എന്നിട്ടു പറഞ്ഞു, "കുഞ്ഞനുറുമ്പേ, നീ പൂമീനിന്റെ കൊട്ടാരം കണ്ടിട്ടുണ്ടോ? ഞാനിടയ്ക്കിടെ വെള്ളത്തിനടിയിലേക്കു പോകുന്നതു പൂമീനിന്റെ കൊട്ടാരം കാണാനാണ്. എന്തു രസമാണെന്നോ അവിടെ. വേണമെങ്കിൽ നിന്നെ ഞാൻ കൊണ്ടുപോയി അവിടത്തെ കാഴ്ച്ചകൾ ഒക്കെ കാണിച്ചുതരാം."

അതുകേട്ടു കുഞ്ഞനുറുമ്പിനു സന്തോഷമായി. എന്നാലും അവനൊരു സംശയം, "വെള്ളത്തിനടിയിലേക്കു ഞാൻ വന്നാൽ മുങ്ങിച്ചത്തു പോകില്ലേ?"

സംശയമകറ്റാൻ കാരാമ പറഞ്ഞു, "നിന്നെ ഞാനെന്റെ പുറത്തു കയറ്റാം. തന്നെയുമല്ല, കൊട്ടാരത്തിനു മുകളിലെത്തിയാൽ കരയിലുള്ള ജീവികൾക്കും വായു ലഭിക്കുന്ന പ്രത്യേക സ്ഥലമാണ് അവിടം. ഒന്നും സംശയിക്കണ്ട."

അങ്ങനെ കാരാമയുടെ പുറത്തുകയറി കുഞ്ഞനുറുമ്പു യാത്രയായി. തടാകത്തിനു നടുക്കെത്തിയപ്പോൾ കാരാമ വെള്ളത്തിനടിയിലേക്ക് ഊളിയിട്ടു. കുഞ്ഞനുറുമ്പിനു ശ്വാസംമുട്ടി. അവൻ കാരാമയുടെ പുറത്തുനിന്നും പൊങ്ങിവന്നു. കുഞ്ഞനുറുമ്പ് കൈ

കാലിട്ടടിച്ചു. ഭാഗ്യത്തിനു പൂമീൻ ഇതുകണ്ടു. അവൻ വേഗം അവിടേക്കു നീന്തിയെത്തി, കുഞ്ഞനുറുമ്പിനെ തലയിലേറ്റി കരയ്ക്കെത്തിച്ചു.

"നീ എങ്ങനെയാണു വെള്ളത്തിലെത്തിയത്?"

പൂമീൻ ചോദിച്ചു. നടന്ന കാര്യങ്ങൾ വള്ളിപുള്ളി വിടാതെ കുഞ്ഞനുറുമ്പ് പൂമീനിനോടു പറഞ്ഞു.

"പാവങ്ങളെ പറ്റിക്കാൻ എളുപ്പമാണ്. അതുകൊണ്ട്, ആര് എന്തു പറഞ്ഞാലും കണ്ണുമടച്ചു വിശ്വസിക്കാതെ പലപ്രാവശ്യം ആലോചിച്ച് ഉചിതമായ തീരുമാനം എടുക്കണം. ചതിയന്മാരുമായുള്ള കൂട്ടും നല്ലതല്ല."

പൂമീൻ കുഞ്ഞനുറുമ്പിനെ ഉപദേശിച്ചു. പിന്നീടു കുഞ്ഞനുറുമ്പ് ഒരിക്കലും കാരാമയോടു കൂട്ടുകൂടിയിട്ടില്ല.

കൂട്ടുകാരേ, നിങ്ങളും കൂട്ടുകൂടുമ്പോൾ ശ്രദ്ധ വയ്ക്കണം. ചതിയന്മാരെ സൂക്ഷിക്കണം.

രണ്ട്
ദേശാടനത്തിന്റെ നൊമ്പരം

ഒരിടത്തൊരിടത്ത് അരുവികൾക്കും ചുരങ്ങൾക്കും അപ്പുറമൊരു നാട്ടിൽ ഒലീവ് എന്നും ആലിയ എന്നും പേരുള്ള രണ്ടിണക്കിളികൾ ഉണ്ടായിരുന്നു. നീലക്കണ്ണുകളും, മഞ്ഞക്കൊക്കും, നീണ്ട വാലും വെളുത്തു മിനുസമുള്ള തൂവലുകളുമൊക്കെയായി എന്തു ശേലായിരുന്നെന്നോ ആ ഇണക്കിളികളെ കാണാൻ! ആഹാരം തേടലും, കൂടൊരുക്കലും എന്നുവേണ്ട എന്തുകാര്യവും അവരൊരുമിച്ചേ ചെയ്യുമായിരുന്നുള്ളൂ. ആടിയും പാടിയും സന്തോഷത്തോടെ കഴിഞ്ഞിരുന്ന അവർ തമ്മിൽ എന്തൊരു സ്നേഹമായിരുന്നെന്നോ!

ഒരിക്കൽ ഒലീവിനു ഉലകം ചുറ്റിക്കാണാനൊരു മോഹം തോന്നി. അതിനു കാരണവുമുണ്ട്. കുഞ്ഞായിരുന്നപ്പോൾ അപ്പൂപ്പനും അമ്മൂമ്മയും ദേശാടനത്തിന്റെ ഒത്തിരി കഥകൾ അവനു പറഞ്ഞു കൊടുത്തിട്ടുണ്ട്.

ഒലീവ് ആലിയയോടു പറഞ്ഞു, "ആലിയാ, നമുക്ക് അന്യനാടു

കളിലേക്ക് ഒരു ടൂറു പോയാലോ?" അതുകേട്ട ആലിയയ്ക്കും വളരെ സന്തോഷമായി. അവൾക്കും അങ്ങനെയൊരാഗ്രഹം ഉണ്ടായിരുന്നു. ഒലിവിന് ഇഷ്ടമായില്ലെങ്കിലോ എന്നോർത്താണ് അവളതു പറയാതിരുന്നത്.

പിറ്റേന്നു തന്നെ ഒലീവും ആലിയയും ദേശാടനത്തിനിറങ്ങി. കാടുകളും മലകളും ദേശങ്ങളും താണ്ടി മംഗളവനത്തിൽ അവരെത്തി. പരിചിതരും അപരിചിതരുമായ അനേകം പക്ഷികൾ അവിടെ ഉണ്ടായിരുന്നു. പക്ഷേ, അപ്പനപ്പൂപ്പന്മാർ പറഞ്ഞിരുന്നതിലും ഒരുപാടു വ്യത്യസ്തമായിരുന്നു ആ പ്രദേശങ്ങളിലെ കാഴ്ചകൾ. പടുകൂറ്റൻ കെട്ടിടങ്ങൾ പലയിടത്തും ആകാശത്തെ തൊട്ടുനോക്കുന്നതു പോലെ തോന്നിച്ചിരുന്നു. കാക്കകൾ കൂടു പണിയാനായി മരക്കൊമ്പുകൾക്കു പകരം ഇരുമ്പുകഷ്ണങ്ങൾ ശേഖരിക്കുന്നതും കണ്ടു. എങ്കിലും ഒറ്റനോട്ടത്തിൽ മൊഞ്ചത്തിയായ ആ നാട് ഒലീവിനും ആലിയയ്ക്കും വളരെയേറെ ഇഷ്ടമായി. കുറച്ചുനാൾ മംഗളവനത്തിൽ തങ്ങാൻ തന്നെ അവർ തീരുമാനിച്ചു.

നേരം പുലരുമ്പോൾ രണ്ടാളും നഗരം കാണാനിറങ്ങും. അന്തി മയങ്ങാൻ തുടങ്ങുതിനു മുൻപു മംഗളവനത്തിലേക്കു തിരികെയെത്തുകയും ചെയ്യും.

അന്നും അവർ നഗരം കാണാൻ പുറപ്പെട്ടു. പലയിടങ്ങളിലും പറന്നുനടന്നു ക്ഷീണിച്ച് അവരൊരു കടൽത്തീരത്തിനടുത്തെത്തി. അവിടെയടുത്ത് ഒരു മരച്ചില്ലയിൽ ചെന്നിരുന്നു. അത്രയും നേരം ചെലവഴിച്ചിട്ടും കാഴ്ചകൾ കണ്ടു കൊതിതീരാതിരുന്ന ഒലീവും ആലിയയും ചുറ്റുപാടും ശ്രദ്ധയോടെ വീക്ഷിക്കാൻ തുടങ്ങി.

കടൽത്തീരത്തു നിറയെ ആളുകളുണ്ട്. പൊരിക്കച്ചവടക്കാർ, ഐസ്ക്രീം വിൽപനക്കാർ, കടലിലിറങ്ങി തിരമാലകളിൽ തിമിർത്ത് ഉല്ലസിക്കുന്നവർ, അങ്ങനെയങ്ങനെ. എല്ലാം അവർ നോക്കിക്കണ്ടു.

"ദാ, ആലിയാ അവിടേക്കു നോക്കൂ. കുറേ പക്ഷികൾ നമ്മുടെയടുത്തേക്കു വരുന്നതു കണ്ടോ."

"അതെ ശരിയാണ്!" ആലിയ വിസ്മയത്തോടെ പറഞ്ഞു.

"അതിൽ നമ്മൾ പരിചയപ്പെട്ട വെള്ളിമൂങ്ങയും പുള്ളിമൂങ്ങയുമുണ്ടല്ലോ! അയ്യോ... ദാ അതു നോക്കൂ. പരുന്ത്! ദേ പനന്തത്തയുമുണ്ട്, വവ്വാലുമുണ്ട്. ഹായ് നമ്മളോടു കൂട്ടുകൂടാനുള്ള വരവാണെന്ന് തോന്നുന്നു. അവർ വരുന്നതുവരെ നമുക്കിവിടെത്തന്നെയിരിക്കാം. ഇവിടാണെങ്കിൽ ഒരുപാടു ചില്ലകളുമുണ്ട്."

അടുത്ത മരച്ചില്ലയിൽ വന്നിരുന്ന പുള്ളിമൂങ്ങയുടെ അരികിലേക്ക് അവരിരുവരും എത്തി. തളർന്നവശയായ മൂങ്ങയെ ഉണർത്താൻ ശ്രമിക്കുകയാണ് ആലിയ.

"ഒലീവേ, ഈ മൂങ്ങ പകൽസമയം മുഴുവനും യാത്ര ചെയ്തിട്ടുണ്ടാകും. അതുകൊണ്ടാണ് ഇതിത്ര അവശയായത്. മൂങ്ങകൾ സാധാരണ പകൽ സമയങ്ങളിൽ സഞ്ചരിക്കാറില്ലെന്നല്ലേ മുത്തശ്ശൻ പറഞ്ഞിട്ടുള്ളത്?"

ആ പുള്ളിമൂങ്ങയോടു സംസാരിക്കാൻ ശ്രമിച്ചുകൊണ്ടിരുന്ന ആലിയയുടെ ഉള്ളിലേക്കു മിന്നൽ പോലെ ഒരപകടസൂചന കടന്നുവന്നു. അവൾ പ്രത്യേക ശബ്ദമുണ്ടാക്കി ഒലീവിനു മുന്നറിയിപ്പു കൊടുത്തു കൊണ്ട് ഇരുചിറകുകളും വീശി പറന്നുയർന്നു. പക്ഷേ, അപ്പോഴേക്കും മൂങ്ങയ്ക്കൊപ്പം ഞാന്നു കിടന്ന നൂൽഭാഗം ആലിയയുടെ കഴുത്തിൽ കുടുങ്ങിക്കഴിഞ്ഞിരുന്നു.

തന്റെ കൂട്ടുകാരിക്കു വലിയ അപകടം സംഭവിച്ചതു തിരിച്ചറിഞ്ഞ ഒലീവ് നിലവിളിച്ചു കൊണ്ട് അവൾക്കു ചുറ്റും ചിറകടിച്ചു പറന്നുകൊണ്ടിരുന്നു. ഒലീവ് രക്ഷിക്കാൻ ശ്രമിക്കുമ്പോഴും, അവൾ സ്വയം രക്ഷപ്പെടാൻ ശ്രമിക്കുമ്പോഴും അവളുടെ കഴുത്തിൽ കുരുങ്ങിയ നൂൽ കൂടുതൽ കൂടുതൽ മുറുകിയതേയുള്ളൂ. അവസാനമായി ഒലീവിന്റെ പേരുപോലും ഉച്ചരിക്കാനാവാതെ, കഴുത്തിൽ മുറുകിയ നൂലുമായി ചിറകിട്ടടിച്ചു പിടഞ്ഞു പിടഞ്ഞു ആലിയ തന്റെ പ്രിയപ്പെട്ട കൂട്ടുകാരനെ തനിച്ചാക്കി യാത്രയായി. സങ്കടം സഹിക്കാനാവാതെ തളർന്നിരുന്ന ഒലീവിനെ പിന്നെ അവിടെയെങ്ങും കണ്ടതേയില്ല.

കടപ്പുറത്തുനിന്നു കളിച്ചിരുന്ന കൂട്ടുകാർ പറത്തിവിട്ട പട്ടമായിരുന്നു ആ പാവം പക്ഷികൾക്കിടയിലേക്കു വന്നെത്തിയ പുള്ളിമൂങ്ങ. അതിന്റെ നൈലോൺ നൂലാണ് ആ പാവം പക്ഷിയുടെ ജീവനെടുത്തത്.

പ്രിയപ്പെട്ട കൂട്ടുകാരേ,

നമ്മുടെ ആനന്ദോപാധികൾ മറ്റൊരു ജീവനെടുക്കാൻ ഒരിക്കലും കാരണമായിത്തീരരുതേ.

ഠഠ

മൂന്ന്
പഞ്ചമികുമാരിയും സുന്ദരിത്തത്തയും

ഗൗതം മഹാരാജാവിന്റെ പ്രിയപുത്രിയായിരുന്നു പഞ്ചമി. കണങ്കാലുവരെ നീണ്ടിടതൂർന്ന കാർകൂന്തലുണ്ടവൾക്ക്. മനോഹരമായ നീണ്ടുവിടർന്ന കണ്ണുകളും, കവിളത്തു നുണക്കുഴിയും ഉള്ള സുന്ദരിക്കുട്ടിയായിരുന്നു അവൾ. ഉദ്യാനത്തിലെ ഊഞ്ഞാലിലിരുന്ന് ആടുകയാണവൾ. ഊഞ്ഞാലിനോടൊത്ത് അവളുടെ മുടിയിഴകളും ആലോലമാടുന്നതു കാണാൻ എന്തൊരു ശേലാണെന്നോ! അപ്പോഴാണ് അവിടേക്ക് ഒരു സുന്ദരിത്തത്ത പറന്നുവന്നത്.

"ഹായ്, അമ്മ മഹാറാണി പറഞ്ഞുതന്ന കഥയിലെ സുന്ദരിത്തത്ത ഇതാ നമ്മുടെ ഉദ്യാനത്തിൽ!" പഞ്ചമികുമാരി ഉറക്കെ വിളിച്ചു പറഞ്ഞു. കേട്ടപാതി കേൾക്കാത്ത പാതി കൂട്ടുകാരികൾ, ആടിക്കൊണ്ടിരുന്ന ഊഞ്ഞാലുകളിൽ നിന്നും ഊർന്നിറങ്ങി സുന്ദരിത്തത്തയെ പിടിക്കാനായി ഓടിച്ചെന്നു. അതുകണ്ട സുന്ദരിത്തത്ത, അവൾ വന്നിരുന്ന മരച്ചില്ലയിൽ നിന്നും പറന്നുയർന്നു.

തത്തിപ്പറന്നു കൊണ്ടു സുന്ദരി ചോദിച്ചു,

"എന്തിനാ കൂട്ടുകാരേ നിങ്ങളെന്നെ പിടിക്കാൻ വരുന്നത്? നിങ്ങളോട് എന്തു തെറ്റാ ഞാൻ ചെയ്തെ?"

അതു കേട്ടു പഞ്ചമിയുടെ ഒരു കൂട്ടുകാരി പറഞ്ഞു,

"സുന്ദരീ, നിന്നെ കാണാൻ എന്തൊരു ചന്തമാണ്! നീയിവിടെ താഴേക്കു പറന്നുവരുമോ? നിനക്കു ഞങ്ങൾ സ്വർണ്ണംകൊണ്ടു കൂടുണ്ടാക്കാം. സ്വർണ്ണക്കൂട്ടിലിരുന്നു പഞ്ചമികുമാരിയോടു കിന്നാരം പറഞ്ഞു കഴിയുകയും ചെയ്യാം."

"കിന്നാരം പറയാൻ എനിക്കു സന്തോഷമേയുള്ളൂ കൂട്ടുകാരേ, പഞ്ചമിയോട് എന്റെ കൂടെ പോരാൻ പറയാമോ? അവിടെ വള്ളികൾ കൊണ്ടുള്ള ഊഞ്ഞാലുണ്ടല്ലോ. കൊതി തീരുവോളം ആടിക്കളിക്കാം. നല്ല മധുരമുള്ള കായ്കനികൾ കഴിക്കാം. എന്തു ശേലാണെന്നോ ഞങ്ങളുടെ മരച്ചില്ല കാണാൻ. അവിടെ ഞങ്ങളൊരുക്കിയ കിളിക്കൂട്ടിൽ എന്റെ ഇണക്കിളിയും കുഞ്ഞുമക്കളും കാത്തിരിക്കുന്നുണ്ട്. പഞ്ചമിയോട് എന്നോടൊത്തു വരാൻ പറയുമോ?"

"അയ്യോ ഇല്ലില്ല... ഞങ്ങൾ പറയില്ല. ഇക്കാര്യമറിഞ്ഞാൽ മഹാരാജാവു കോപിക്കും, ഞങ്ങളെ ശിക്ഷിക്കും." ഇതുകേട്ടു സുന്ദരിത്തത്ത ചിരിച്ചുകൊണ്ടു പറഞ്ഞു, "ഞാൻ വെറുതെ പറഞ്ഞതാ കൂട്ടുകാരെ. നിങ്ങളിവിടെ ഉല്ലസിക്കുമ്പോൾ ഈ ഉദ്യാനം കാണാൻ

എന്തൊരു ഭംഗിയാ. അതു കാണാനല്ലേ ഞാനിത്രയും ദൂരം പറന്നു പറന്നു വന്നത്. നിങ്ങളില്ലെങ്കിൽ ഇവിടം കാറ്റേശാത്ത ഇലകൾ പോലെ സദാ നിശബ്ദമായിരിക്കില്ലേ? ഞാനൊരുപായം പറയാം, പഞ്ചമിയുടെ നീണ്ട മുടിയിഴകൾ എനിക്ക് മുറിച്ചുതരാൻ പറയൂ. എന്നിട്ടെന്നെ അവളുടെ കൂട്ടിലടച്ചോട്ടെ."

"അയ്യോ, പഞ്ചമിയുടെ മുടിയിഴകൾക്ക് എന്തൊരഴകാ. എത്ര ശ്രദ്ധയോടെ പരിപാലിക്കുന്ന മുടിയാ. അവൾ [illegible]." ഒരു കൂട്ടുകാരി പറഞ്ഞതു കേട്ടു സുന്ദരിത്തത്ത ചോദിച്ചു, "കേവലം മുടിയിഴകൾ മുറിച്ചുതരാൻ പഞ്ചമികുമാരിക്കു കഴിയില്ലേ? പിന്നെങ്ങനാ ഞാൻ, എന്റെ ജീവന്റെ ജീവനായ ഇണക്കിളിയെയും കുഞ്ഞുമക്കളെയും വിട്ടു കുമാരിയോടൊത്തു കഴിയുക?"

ഇതുകേട്ട് അവിടേക്കു വന്ന പഞ്ചമി പറഞ്ഞു, "സുന്ദരിയുടെ വാക്കുകൾ കേട്ടില്ലേ. അവളെ പിടിക്കേണ്ട. ആകാശത്ത് ഉല്ലസിക്കേണ്ട പറവയാണവൾ. എന്റെ സന്തോഷത്തിനായി ഒരു കുടുംബത്തിനാകെ സങ്കടമുണ്ടാക്കരുത്."

ഇതുകേട്ട സുന്ദരിത്തത്ത പഞ്ചമിക്കു നന്ദി പറഞ്ഞു പറന്നുപോയി. സുന്ദരിക്ക് അവളുടെ കുഞ്ഞുബുദ്ധി തക്കസമയത്ത് ഉപയോഗിക്കാൻ കഴിഞ്ഞതുകൊണ്ടു കൂട്ടിലകപ്പെടാതെ രക്ഷപ്പെടാൻ സാധിച്ചു.

ഒരു ജീവിയും കൂട്ടിൽ കിടക്കാൻ ആഗ്രഹിക്കുന്നില്ല. കേട്ടോ കൂട്ടരേ, സ്വാതന്ത്ര്യം എന്നതു വളരെ വലിയ കാര്യമാണ്, എല്ലാ ജീവജാലങ്ങൾക്കും.

നാല്
കുട്ടുമോനും കൂട്ടുകാരും

കണിക്കാഞ്ഞിക്കടവിലെ ഒരു മൺകുടിലിൽ കുട്ടുമോനും അവന്റെ മുത്തിയമ്മയും താമസമുണ്ട്. വേനലവധി ആയതിനാൽ കുട്ടുമോൻ ഉറക്കമുണർന്നാലുടൻ വായും മുഖവും കഴുകി, കിഴക്കേതൊടിയിലേക്ക് ഓടിച്ചെല്ലും. തൊടിക്കരികിൽ, നിറയെ താമരപ്പൂക്കൾ വിരിഞ്ഞു നിൽക്കുന്ന ഒരു കുളമുണ്ട്. താമരപ്പൂക്കളോട് ഒരുപാടു വിശേഷങ്ങൾ പറയാനുണ്ടാകും കുട്ടുവിന്. തന്നെയുമല്ല

കുട്ടുമോനോട് കൂട്ടുകൂടാൻ ചാഞ്ചാടിയാടി ചെല്ലക്കാറ്റും കാത്തു നിൽക്കുന്നുണ്ടാവും. താമരയിതളുകളിൽ തഴുകിത്തലോടി വരുന്ന ചെല്ലക്കാറ്റ് കുട്ടുമോന്റെ മുടിയിഴകളിൽ തത്തിക്കളിക്കും. കുളത്തിനും ചെല്ലക്കാറ്റിനെ വലിയ കാര്യമാണ്. ചെല്ലക്കാറ്റ് ഇടയ്ക്കിടെ കുളത്തിലെ തെളിനീരിനു മുകളിൽ കുഞ്ഞോളങ്ങൾ ഉണ്ടാക്കും. കുളത്തിനു ചുറ്റും ചിതറിവീഴുന്ന കരിയിലകൾ തൂത്തു വൃത്തിയാക്കുന്നതും ചെല്ലക്കാറ്റാണ്.

"കുട്ടുമോനേ, നീ കരയിലിരുന്നു താമരപ്പൂക്കളെ നോക്കിക്കോളൂ. വെള്ളത്തിലെങ്ങും ഇറങ്ങിയേക്കല്ലേ."

കുളം സ്നേഹത്തോടെ ഇടയ്ക്കിടെ ഓർമ്മപ്പെടുത്തും.

"അപ്പോ, ആ പൂത്തുമ്പി വരുന്നതോ? പൂത്തുമ്പി കുളത്തിലിറങ്ങി താമരപ്പൂക്കൾക്കു മുത്തം കൊടുക്കാറുണ്ടല്ലോ."

കുട്ടുമോൻ പരിഭവിക്കും.

"മോനൂ, തുമ്പിക്കു ചിറകുകളുണ്ട്. അവൾക്കതു കൊണ്ടു പറക്കാൻ കഴിയും. നിനക്കതിനു കഴിയില്ല കുഞ്ഞേ."

"അതെന്താ കുട്ടുമോനു ചിറകില്ലാത്തെ? കുട്ടുമോൻ ചെല്ലക്കാറ്റിന്റെ ചിറകിൽ പറന്നു നടക്കുമല്ലോ. പൂത്തുമ്പിയേക്കാൾ ഉയരത്തിൽ പറക്കുകയും ചെയ്യും."

കുട്ടു കുളത്തിനോടും പൂത്തുമ്പിയോടും കെറുവിക്കും.

ഇങ്ങനെയൊക്കെയാണെങ്കിലും കരയായ കരയിലെ കാര്യങ്ങളന്വേഷിച്ച് അവിടെയെത്തുന്ന പൂത്തുമ്പിയെയും കുട്ടുവിനിഷ്ടമാണ്.

കണിക്കാഞ്ഞിക്കടവിലിരുന്നു മുത്തിയമ്മ ഇടയ്ക്കിടെ വിളിച്ചു പറയും, "കുട്ടുമോനേ, കുളത്തിലേക്കെങ്ങും ഇറങ്ങല്ലേ. കുളത്തിലൊരു വല്ല്യ മുതലയുണ്ട്, ഇറങ്ങല്ലേ."

"ഇല്ല മുത്ത്യമ്മേ." കുട്ടു ഉറപ്പു കൊടുക്കും.

പലപ്പോഴും മുത്ത്യമ്മ ഒരു മുതലയെക്കുറിച്ചു പറയാറുണ്ട്. മുതലയെ കണ്ടാൽ എങ്ങനെയുണ്ടാകും? കടുവയെപ്പോലെ ആയിരിക്കോ? ആനേപ്പോലെ തുമ്പിക്കൈ ഉണ്ടാകുമോ? ഒരു നൂറു സംശയത്തോടെ കുളക്കരയിൽ ചിന്തിച്ചു ചിന്തിച്ചിരുന്ന കുട്ടുമോന്റെ പിറകിൽ മറഞ്ഞുനിന്ന ചെല്ലക്കാറ്റ് അവനെ പിടിച്ചൊന്നു കുലുക്കി. ബ്ലും! കുട്ടുവിന്റെ കാൽ തട്ടി ഒരുരുളൻ കല്ല് ഉരുണ്ടുരുണ്ടു കുളത്തിലേക്കു വീണു.

"മുത്ത്യമ്മേ, എന്നെ മുതല പിടിച്ചേ" കുട്ടുമോൻ പേടിച്ച് ഉറക്കെ നിലവിളിച്ചു. അതുകേട്ട്, അയ്യോ പൊത്തോന്നു കരഞ്ഞുകൊ

ണ്ടു മുത്ത്യമ്മ ഓടിയെത്തി. അപ്പോ ദേണ്ടേ കുളക്കരയിൽ കുട്ടു നിൽക്കുന്നു!

"കുട്ടൂ...കുട്ടൂ..." മുത്ത്യമ്മ താക്കീതു സ്വരത്തിൽ വിളിച്ചു.

"ഇല്ല മുത്ത്യമ്മേ, ഞാൻ കള്ളം പറഞ്ഞതല്ല. മുത്ത്യമ്മേടെ കുട്ടുമോൻ ഒരിക്കലും കള്ളം പറയില്ല. ഈ ചെല്ലക്കാറ്റ് കാരണാ ഞാൻ നിലവിളിച്ചെ."

അറിയാതെയാണെങ്കിലും തന്നെക്കൊണ്ടു കള്ളം പറയിപ്പിച്ച ചെല്ലക്കാറ്റിനോടു പിണങ്ങി മുഖവും വീർപ്പിച്ചു കുട്ടു വീട്ടിലേക്കു തിരിച്ചുപോയി. പിറ്റേന്നും കുട്ടു തൊടിയിലെത്തി. അവിടെ ആരും ഒന്നും മിണ്ടുന്നില്ല. ഇതെന്താ, എന്തു പറ്റി? ഇവിടെങ്ങും ആരുടെയും ഒരു അനക്കവുമില്ലല്ലോ! എല്ലാ ജീവജാലങ്ങളും പിണങ്ങി നിൽക്കുകയാണ്. മരക്കൊമ്പുകൾ ശ്വാസം പോലും എടുക്കാത്തതു പോലെ. തലേദിവസം ചെല്ലക്കാറ്റുമായി പിണക്കം കൂടിയ കാര്യം അപ്പോഴാണ് അവനോർത്തത്. ചെല്ലക്കാറ്റു പിന്നെ തൊടിയിലേക്കു വന്നതേയില്ലല്ലോ? അവനു വിഷമം തോന്നി.

"ചെല്ലക്കാറ്റേ ചെല്ലക്കാറ്റേ..." കുട്ടുമോൻ നീട്ടി വിളിച്ചു.

"നീ എവിടെ പോയിരിക്കുവാ? വേഗം വരൂ, കുട്ടുമോനു കാണാൻ കൊതിയായി."

കുറച്ചുനേരം കാത്തുനിന്നിട്ടും ചെല്ലക്കാറ്റു വരുന്ന ഒരു ലക്ഷണവും കണ്ടില്ല.

ആ സമയം, തൊടിയായ തൊടിയെല്ലാം കയറിയിറങ്ങി വർത്തമാനങ്ങളും പൂന്തേനും ശേഖരിച്ചു മൂളിപ്പാട്ടും പാടി പൂത്തുമ്പി അവിടെയെത്തി. അവൾ വിഷമത്തോടെ അവിടെയിരുന്ന കുട്ടുമോനോടു കാര്യം തിരക്കി.

അപ്പോൾ കുട്ടുമോൻ ചോദിച്ചു:

"തുള്ളിച്ചാടിപ്പാറി നടക്കും
ചെല്ലക്കാറ്റിനെ കണ്ടോ നീ?
കുട്ടൂനോടൊത്തിഷ്ടം കൂടണ
കുഞ്ഞിക്കാറ്റിനെ കണ്ടോ നീ?
ചിറകിൻമേലീ ചിത്രമിതൊക്കെ
വരച്ചു നിറച്ചതു കാറ്റാണോ?
കാറ്റിനെ ഈച്ചെറു ചിറകിലുമേറ്റി
പാറിനടന്നതു നീയാണോ?
കാറ്റെൻ കവിളിലൊരായിരമായിരം
ഉമ്മകൾ നൽകി വലഞ്ഞെന്നോ?

എന്നുടെ കൂടെ കളിചിരികൂടി
കുഞ്ഞിക്കാറ്റു മടുത്തെന്നോ?
പൂക്കളിലെല്ലാം പാറിപ്പാറി
തേൻ നുകരുന്നൊരു പൂത്തുമ്പീ,
തുള്ളിച്ചാടിപ്പാറി നടക്കും
ചെല്ലക്കാറ്റിനെ കണ്ടോ നീ?"

കുട്ടുവിന്റെ ചോദ്യം കേട്ടു പൂത്തുമ്പിക്കും കുളത്തിനും താമരകൾക്കും ഒക്കെ സങ്കടം വന്നു. "ചെല്ലക്കാറ്റേ, കുഞ്ഞിക്കാറ്റേ..." എല്ലാവരും കൂടി ഒരുമിച്ചു നീട്ടിവിളിച്ചു. കൂട്ടുകാരുടെ വിളികേട്ടു ചക്കരമാവിന്റെ ചില്ലകൾക്കു പിറകിൽ ഒളിച്ചിരുന്ന ചെല്ലക്കാറ്റു കുണുങ്ങിക്കുണുങ്ങി അവിടേക്കിറങ്ങി വന്നു.

"എവിടെയായിരുന്നു നീ? ഞങ്ങളോടു മിണ്ടണ്ട."

പരിഭവത്തോടെ കൂട്ടുകാർ മുഖം വീർപ്പിച്ചു നിന്നു.

ചെല്ലക്കാറ്റു കുട്ടുമോന്റെ മുടിയിഴകളെ തഴുകി ഇക്കിളിപ്പെടുത്തി. പിണക്കമെല്ലാം പടികടത്തി, കുടുകുടെ ചിരിക്കണ കുട്ടുമോനെ തഴുകി കാറ്റ് കുളത്തിലേക്കിറങ്ങി തെളിനീരിലൊന്നു തൊട്ടു തലോടി. വെള്ളത്തിനുമീതെ കുസൃതികളുടെ ഒരായിരം നുണക്കുഴികൾ അങ്ങനെ വിരിഞ്ഞുനിന്നു.

○○

അഞ്ച്
മിഠായിയപ്പൂപ്പന്റെ മിഠായിക്കുട്ടികൾ

പ്രിയപ്പെട്ട കിലുക്കാംപെട്ടിക്കൂട്ടങ്ങളേ, കുട്ടിക്കൂട്ടങ്ങളേ, വേനലവധി കഴിഞ്ഞു. ഇത്രനാളും മറഞ്ഞുനിന്ന മഴക്കാലവും തിരികെയെത്തി. സഹപാഠികൾക്കൊപ്പം ചേർന്ന് അക്ഷരങ്ങളുമായി കൂട്ടുചേരാൻ എന്തു രസാല്ലേ? നല്ല ചുണക്കുട്ടികളായിട്ടു നടക്കണം. എല്ലാവരെക്കൊണ്ടും നല്ലതുമാത്രം പറയിപ്പിക്കണം. സ്നേഹം പിടിച്ചു പറ്റണം. മാത്രമല്ല നന്നായിട്ടു പഠിക്കുകയും, പഠനത്തിൽ പിറകിലായ കൂട്ടുകാരെ കൂടെയെത്താൻ സഹായിക്കുകയും വേണം. കുടയും മഴക്കോട്ടുമൊക്കെയായി സ്കൂളിലേക്കു പോകുന്ന നിങ്ങളുടെ കാൽച്ചുവട്ടിൽ തണുത്ത മഴത്തുള്ളികൾ തുള്ളികുത്തുന്നില്ലേ? എങ്കിലിതാ കണ്ണീർമഴയിൽ കുതിർന്ന ഈ മാടക്കടയിലേക്ക്

ഒന്നു ശ്രദ്ധിച്ചോളൂ.

പുല്ലുവൻകോട് എന്ന ഗ്രാമത്തിൽ വർഷങ്ങളായി ഈ അപ്പൂപ്പൻകട കുഞ്ഞുങ്ങൾക്കു മധുരം പകർന്നു കൊണ്ടിരിക്കുന്നു. മിഠായിയപ്പൂപ്പൻ അതിരാവിലെ തന്നെ വന്നു പീടിക തുറക്കും. ഓരോ പലകയും ഊരിമാറ്റുമ്പോൾ ഒളിഞ്ഞുനോക്കുന്ന വെളിച്ചം പീടികയ്ക്കുള്ളിൽ നിരത്തിവച്ച മിഠായിഭരണികളിൽ തട്ടി തെന്നിമാറും.

അപ്പൂപ്പൻ അന്നും കട തുറന്നിട്ടു. അയയിൽ വിരിച്ചിട്ടിരുന്ന ഒരു കീറത്തുണിയെടുത്തു മിഠായി ഭരണികൾക്കരികിലെത്തി, ഓരോ അടപ്പും തുറന്നു. ഉറക്കമുണർന്ന മിഠായികൾ സ്നേഹത്തോടെ അപ്പൂപ്പനെ നോക്കി.

അപ്പൂപ്പൻ തന്റെ ഇരിപ്പിടത്തിലെത്തി വെളിയിലേക്കു നോക്കിയിരുന്നു. കോരിച്ചൊരിയുന്ന മഴയും കാഴ്ചക്കുറവും കാരണം പുറത്തെ കാഴ്ചകൾ അപ്പൂപ്പന് അവ്യക്തമായിരുന്നു. വിറയാർന്ന കൈകൊണ്ടു പുരികത്തിനു മീതെ മറപിടിച്ചു മിഠായിയപ്പൂപ്പൻ മുന്നിലെ വഴിത്താരയിലേക്കു സൂക്ഷിച്ചു നോക്കി. കുറച്ചു സമയം കൂടി കഴിയുമ്പോൾ തന്റെ കടയിലേക്കു ഒന്നു ശ്രദ്ധിക്കുകപോലും ചെയ്യാതെ കുഞ്ഞുങ്ങളെല്ലാം പുസ്തകക്കെട്ടുകളും കുടയുമായി നടന്നുനീങ്ങുന്നതു കാണേണ്ടി വരുമെന്നോർത്തപ്പോൾ അപ്പൂപ്പനു വല്ലാത്ത വിഷമം തോന്നി.

തങ്ങളെ സ്വന്തമാക്കാനും തങ്ങളുടെ സ്വന്തമാകാനും ഏതെങ്കിലും കുസൃതിക്കുരുന്നുകൾ എത്തിയെങ്കിലെന്നു ഭരണിക്കുള്ളിലെ മിഠായികളും വല്ലാതെ ആശിക്കുന്നുണ്ട്. നാരങ്ങമിഠായി എപ്പോഴും സങ്കടം പറയും, “എത്ര കാലമായി നമ്മളീ ചില്ലുകൂട്ടിൽ കഴിയുന്നു. പാവം അപ്പൂപ്പൻ എന്നും നമ്മുടെ ചില്ലുകൂടുകൾ തുടച്ചു വൃത്തിയാക്കാറുണ്ട്. എന്നിട്ടും ഈ കുഞ്ഞുങ്ങൾക്കിതെന്തുപറ്റി? എത്രയോ കാലം കൂടെ കൊണ്ടു നടന്ന എന്നെപ്പോലും കുഞ്ഞുങ്ങൾ മറന്നുപോയെന്നോ? സങ്കടം വരുന്നു.”

“ഇപ്പോൾ ഉടുപ്പിട്ട മിഠായികളോടാണു കുഞ്ഞുങ്ങൾക്കിഷ്ടം. അതോണ്ടാ നമ്മളെ ആർക്കും വേണ്ടാതായത്. എനിക്കും കരച്ചിൽ വരുന്നുണ്ട്.” കപ്പലണ്ടിമിഠായി പറഞ്ഞു.

“മുന്നിൽ കാണുന്ന കുഞ്ഞുങ്ങൾക്കു നേരെ നീട്ടിക്കാണിച്ചു കൊതിപ്പിച്ചിട്ട്, എന്നെ വായ്ക്കുള്ളിൽ ഒളിപ്പിച്ചു, ചുണ്ടും കൂട്ടിപ്പിടിച്ചു നടന്നിരുന്ന കൂട്ടുകാരെ ഞാൻ എങ്ങനെ മറക്കും?”

ഈ പറഞ്ഞതു കോലുമിഠായിയായിരുന്നു.

ഇതുകേട്ടു കളറുമിഠായി പറഞ്ഞു, “നുണഞ്ഞു ചുവപ്പിച്ച

നാവും നീട്ടിക്കാണിച്ചു നടന്നിരുന്ന കുഞ്ഞുങ്ങളെന്നെ മറന്നോ?"

മറ്റു ഭരണികളിലെ മിഠായികളും എന്തൊക്കെയോ പറയുന്നുണ്ട്. "ഓർക്കുന്നുണ്ടോ പണ്ട് എല്ലാ ദിവസങ്ങളും ഉത്സവം പോലെയായിരുന്നു. മിഠായികൾ വാങ്ങാൻ കുഞ്ഞുങ്ങളെല്ലാം മത്സരിക്കുമായിരുന്നു. എത്ര ഉത്സാഹത്തോടെയാണ് അപ്പൂപ്പൻ കുഞ്ഞുങ്ങൾക്കു മിഠായി എടുത്തു കൊടുത്തു കൊണ്ടിരുന്നത്. ഇപ്പോൾ നമുക്ക് അപ്പുപ്പനും അപ്പൂപ്പനു നമ്മളും മാത്രമായി. അപ്പൂപ്പൻ ഇനിയെങ്ങനെ ജീവിക്കുമെന്ന് ഓർക്കുമ്പോഴാ എനിക്കു സങ്കടം."

നാങ്ക്മിഠായി വിതുമ്പി.

മിഠായിഭരണികൾക്കരികിൽ ചുരുണ്ടുകൂടിയിരിക്കുന്ന അപ്പൂപ്പൻ തങ്ങളുടെ സംസാരം ശ്രദ്ധിക്കുന്നതറിയാതെ മിഠായികൾ കഥകൾ പറഞ്ഞും കഥകളിലലിഞ്ഞും പരസ്പരം പറ്റിച്ചേർന്നു. ഓലക്കീറിലൂടെ ഒഴുകിയെത്തിയ മഴവെള്ളം വിടവുകളിലൂടെ ഊർന്നു ഭരണിക്കുള്ളിലേക്ക് അരിച്ചിറങ്ങി മിഠായികളുടെ സങ്കടത്തിൽ പങ്കുചേർന്നു.

ഭരണിക്കുള്ളിലെ മഴവെള്ളത്തിലേക്കു മിഠായികളുടെ നിറങ്ങൾ അലിഞ്ഞു ചേരുന്നതു ദുഃഖത്തോടെ അപ്പൂപ്പൻ നോക്കിയിരുന്നു.

ОО

ആറ്
അമ്മാളുവിന്റെ കുപ്പായം

ഒരിടത്തൊരിടത്തൊരു ഗ്രാമത്തിൽ നെയ്ത്തുശാല നടത്തിയിരുന്ന ഒരു അപ്പൂപ്പനുണ്ടായിരുന്നു. അപ്പൂപ്പന് ഒരു കൊച്ചുമകളുണ്ട്. അമ്മാളു എന്നു പേരുള്ള ഒരു മിടുമിടുക്കി.

അപ്പൂപ്പന്റെയും അമ്മൂമ്മയുടെയും, മുത്തശ്ശിയുടെയുമൊക്കെ ഇടയിൽ ഒരു കുസൃതിക്കുടുക്കയായിരുന്നു അവൾ. അങ്ങനെയിരിക്കെ അമ്മാളുവിന്റെ പിറന്നാൾ വന്നെത്തി. കുളിച്ചു സുന്ദരിയായിവന്ന അമ്മാളുവിന് അപ്പൂപ്പനും അമ്മൂമ്മയും ഒരു സമ്മാനം കൊടുത്തു. സ്വന്തം നെയ്ത്തുശാലയിലെ തറിയിൽ അപ്പൂപ്പന്റെ കൈകൊണ്ടു നെയ്ത്, അമ്മൂമ്മ തുന്നിയെടുത്ത പളപളാന്നു മിന്നുന്ന നല്ലൊന്നാന്തരമൊരു പട്ടുടുപ്പായിരുന്നു അത്.

"ഹായ്, നല്ല തിളക്കോണ്ട്. എന്തു രസാ കാണാൻ!" അമ്മാളുവിനു സന്തോഷമായി. അന്ന് അമ്മാളുവിന് ഏറെ സമ്മാനങ്ങൾ

കിട്ടിയെങ്കിലും അപ്പൂപ്പനും അമ്മൂമ്മയും സമ്മാനിച്ച പട്ടുകുപ്പായ ത്തോളം പ്രിയമല്ലായിരുന്നു അവൾക്കു മറ്റൊന്നും.

വിരുന്നുകാരെല്ലാം പോയിക്കഴിഞ്ഞ് അമ്മാളുവിന്റെ അമ്മ പുത്തനുടുപ്പു കഴുകി മുറ്റത്തെ അയയിൽ ഉണക്കാനിട്ടു. അമ്മാളു കൂട്ടുകാർക്കൊത്തു കളിക്കാനും പോയി. കളി കഴിഞ്ഞു തിരികെ വന്നു അമ്മാളു നോക്കുമ്പോഴുണ്ട് അതാ, തൊടിയിലാകെ മേഞ്ഞു നടന്ന പൂവാലിപ്പയ്യ് അവളുടെ പട്ടുകുപ്പായം വായിലിട്ടു ചവയ്ക്കുന്നു. അമ്മാളു വലിയവായിൽ കരയാൻ തുടങ്ങി. അമ്മാളുവിന്റെ നിലവിളി കേട്ട് എല്ലാവരും ഓടിയെത്തി. അപ്പോഴേക്കും പൂവാലി പുത്തനുടുപ്പ് അകത്താക്കിക്കഴിഞ്ഞിരുന്നു. അച്ഛനും അമ്മയുമൊക്കെ ആശ്വസിപ്പിക്കാൻ ശ്രമിച്ചിട്ടും അവളുടെ കരച്ചിൽ മാറിയില്ല. അവൾ കരഞ്ഞു കൊണ്ടു നിലത്തു കിടന്ന് ഉരുണ്ടു.

നാലുംകൂട്ടി മുറുക്കാൻവേണ്ടി വെറ്റിലച്ചെല്ലവുമായി മുത്തശ്ശി മെല്ലെ കോലായിലേക്കു വന്നത് അപ്പോഴാണ്. മുട്ടിന്മേൽ കൈയും താങ്ങി കൂനിക്കൂനിയാണു മുത്തശ്ശി വന്നത്. കോലായത്തിണ്ടിൽ കാലുനീട്ടി ഇരുന്ന മുത്തശ്ശി, കരഞ്ഞോണ്ടിരുന്ന അമ്മാളുവിനെ അരികിലേക്കു വിളിച്ച് ഒരു സ്വകാര്യം പറഞ്ഞു. “പുല്ലും വൈക്കോലും തിന്നുന്ന പൂവാലിക്കെന്തിനാ അമ്മാളുവിന്റെ കുഞ്ഞുടുപ്പ്? അവൾ മോളുടെ പട്ടുടുപ്പു തിരികെത്തരും. നോക്കിക്കോളൂ.” അതുകേട്ടു കരച്ചിൽ നിർത്തിയ അമ്മാളു എഴുന്നേറ്റു പോയി മുഖം കഴുകി വന്നു. പക്ഷേ, അവൾ പൂവാലിയുടെ അടുത്തുതന്നെ നിൽപ്പുറപ്പിച്ചു. ആരൊക്കെ എന്തൊക്കെ പറഞ്ഞിട്ടും അവൾ പൂവാലിയുടെ അരികിൽ നിന്നും മാറിയതേയില്ല. പൂവാലി തിരികെ തരാൻ പോകുന്ന കുഞ്ഞുടുപ്പും നോക്കി അമ്മാളു ഒരേ നിൽപ്പായി.

ഊണും ഉറക്കവുമില്ലാതെ അമ്മാളു കാത്തിരുന്നു. അവൾക്കൊപ്പം മുത്തശ്ശിയും അപ്പൂപ്പനും അമ്മുമ്മയും കൂട്ടിരുന്നു. നോക്കി നോക്കിയിരുന്ന അമ്മാളുവിന്റെ കണ്ണുകൾ പൊടുന്നനെ കൗതുകം കൊണ്ടു വിടർന്നു. പൂവാലി അമ്മാളുവിനു തിരികെ കൊടുത്തതു മിനുമിനെ മിന്നണ ഒരു പൈക്കിടാവിനെയായിരുന്നു. അവൾ ആർത്താർത്തു ചിരിച്ചു. ഇരുകൈകളും കൊട്ടി തുള്ളിച്ചാടി. പതുക്കെപ്പതുക്കെ എഴുന്നേറ്റു ചന്നം പിന്നം തെന്നിനടക്കണ പൈക്കിടാവിനെ കണ്ടു സന്തോഷത്താൽ മതിമറന്ന അമ്മാളു, പുത്തനുടുപ്പിന്റെ കാര്യം പാടെ മറന്നു പോയി.

○○

ഏഴ്
പൂമരവും പറവകളും

ഒരിടത്തൊരു വഴിയോരത്തു നിറയെ ചില്ലകളുള്ള ഒരു പൂമരം ഉണ്ടായിരുന്നു. എന്നും പൂത്തുലഞ്ഞു നിന്നിരുന്ന ആ പൂമരം പക്ഷികളെയെല്ലാം ആകർഷിച്ചിരുന്നു. പല ദിക്കുകളിൽ നിന്നു പറന്നുവന്ന കിളികളാകട്ടെ ചില്ലകളിൽ മിക്കതിലും നല്ല ചന്തമുള്ള കൂടുകൾ നിർമ്മിച്ച് അതിൽ താമസവും തുടങ്ങി.

അതിരാവിലെ തന്നെ ഇണക്കിളികൾ പാട്ടുപാടി കൂട്ടുകാരെ വിളിച്ചുണർത്തും. കൊക്കുരുമ്മിയിരുന്നു കിന്നരിക്കും. സ്നേഹത്തോടെ ചലപിലാന്നു ചിലയ്ക്കും. തീറ്റതേടി ഒരുമിച്ചു പറന്നകലുകയും ചെയ്യും. ഇതുകണ്ടു പൂമരം സങ്കടപ്പെട്ടു. ഈ കിളികളെല്ലാം എത്ര ഭാഗ്യവാന്മാരാ, ചിറകുകൾ വിടർത്തി എവിടെ വേണമെങ്കിലും പറന്നു നടക്കാം. പല പല ദേശങ്ങളിൽ സഞ്ചരിക്കാം. താനാണെങ്കിലോ, ജനിച്ചകാലം മുതൽ ഒരിടത്തു തന്നെനിൽക്കുന്നു. തനിക്കും പക്ഷികളെപ്പോലെ പറക്കണം. ഒന്നു ശ്രമിക്കുക തന്നെ. മരം തീരുമാനിച്ചു.

പൂമരം തന്റെ ചില്ലകൾ ഇളക്കി പറക്കാൻ ശ്രമിച്ചു. എന്നിട്ടോ? പറക്കാൻ പോയിട്ട് ഒന്നങ്ങാൻ പോലും പൂമരത്തിനായില്ല. എങ്കിലും തോൽക്കാൻ പൂമരത്തിനു മനസ്സില്ലായിരുന്നു. പൂമരം നിരന്തരം പറക്കാൻ ശ്രമിച്ചു കൊണ്ടേയിരുന്നു. ചെറിയൊരു കാറ്റു വീശിയാൽ മതി, പൂമരം കാറ്റിനോടൊത്തു സ്വയം ചില്ലകൾ ഇളക്കി നോക്കും.

അങ്ങിനെയങ്ങനെ പതുക്കെപ്പതുക്കെ പൂമരം ഇളകാൻ തുടങ്ങി. ഇളകിയാടുന്ന ചില്ലകളിൽ നിന്നും പക്ഷികൾ കൂടൊഴിഞ്ഞു പോകാനും തുടങ്ങി. തങ്ങളുടെ മുട്ടകൾ നഷ്ടപ്പെടുമെന്നു ഭയന്ന കിളികൾ മറ്റു താവളം തേടി അകന്നു പൊയ്ക്കൊണ്ടേയിരുന്നു.

വേനൽ കടുത്തുവന്നു. അപ്പോഴേക്കും പൂമരത്തിന്റെ വേരുകളെല്ലാം ക്ഷീണിച്ച് അവശരായിക്കഴിഞ്ഞിരുന്നു. പൂക്കളും ഇലകളുമെല്ലാം വാടിത്തളർന്ന് അവിടമാകെ കൊഴിഞ്ഞുവീണു. പറന്നു പറന്നു ചിറകു കുഴഞ്ഞാൽ പോലും, പച്ചപ്പു നഷ്ടമായ മരക്കൊമ്പിലിരുന്നു വിശ്രമിക്കാൻ പക്ഷികൾ പിന്നെ മടിച്ചു. എല്ലാവരും അകന്നു പോയപ്പോൾ താൻ പ്രകൃതിയുടെ ഭാഗം തന്നെയാണെന്നും തങ്ങളെപ്പോലുള്ളവർ ഇല്ലെങ്കിൽ പ്രകൃതി തന്നെ ഇല്ലാതാകുമെന്നും പൂമരത്തിനു മനസ്സിലായി. സ്വന്തം ദൗത്യം തിരിച്ചറിയാൻ

കഴിയാതെ പോയതോർത്തു പൂമരം വല്ലാതെ സങ്കടപ്പെട്ടു.

വേനലും മഴക്കാലവും കഴിഞ്ഞു ശിശിരം വന്നെത്തി. പൂമരത്തിൽ തളിരിലകൾ നാമ്പെടുത്തു. ചെറുചില്ലകൾ ഉണ്ടായി. ദിവസങ്ങൾ കഴിയുന്തോറും പൂമരം മാറിക്കൊണ്ടേയിരുന്നു. പഴയതിനേക്കാൾ സുന്ദരിയായി പൂമരം പൂത്തുലഞ്ഞു. നിറയെ പൂക്കളും ഇലകളുമായി പുത്തനുണർവ്വോടെ നിൽക്കുന്ന പൂമരത്തിലേക്കു പറന്നകന്നുപോയ പക്ഷികളെല്ലാം തിരിച്ചെത്തി. പാട്ടും കൂത്തുമായി എല്ലാവരും അവരവരുടെ ദൗത്യങ്ങളുമായി ഇഴുകിച്ചേർന്നു.

ഓരോരുത്തർക്കും ഓരോ ധർമ്മമാണ്. മറ്റുള്ളവരുടേതു കണ്ടു ഭ്രമിക്കുന്നത് അപകടമാണു കൂട്ടരേ...

○○

എട്ട്
തെറ്റും ശരിയും

“ചിഞ്ചുമോളേ, ചിഞ്ചൂ ...” അച്ഛന്റെ വിളികേട്ടു ചിഞ്ചു മുറ്റത്തേക്ക് ഓടിയിറങ്ങി. മുറ്റത്തെ പൂച്ചെടിയിൽ അതാ പുതിയൊരു ചെടി തലയാട്ടിക്കൊണ്ടു നിൽക്കുന്നു. “അച്ഛാ, ചിഞ്ചുമോൾക്കു പുതിയൊരു ചെടികൂടി കിട്ടിയല്ലോ, ഉമ്മ...” പുതിയ ചെടിക്കുപകരം അച്ഛന്റെ കവിളത്തു ചിഞ്ചു ഒരു ചക്കരമുത്തം കൊടുത്തു.

നഴ്സറിയിൽ പോകുന്നതിനു മുൻപു കുഞ്ഞുകൈകൾ കൊണ്ട് ആ പൂച്ചെടിയിൽ ചിഞ്ചു വെള്ളമൊഴിച്ചു കൊടുക്കും. കുറച്ചുനേരം കിന്നാരവും പറഞ്ഞിട്ടേ അവൾ പോവുകയുള്ളൂ.

“അമ്മേ, ദേ നോക്കിക്കേ, പുത്തനിലകൾ മുളക്കുന്നു ഈ ചെടിയിലും.” അച്ഛനോടും അവൾ സന്തോഷം പങ്കുവെക്കാൻ മറന്നില്ല. ഓരോയിലയും അവളുടെ കൺമുന്നിലൂടെ മുളച്ചുവന്നുകൊണ്ടിരുന്നു.

ഓരോ നിമിഷവും പൂമൊട്ടു വിരിയുന്നതു കാണാൻ ആകാംക്ഷയോടെ അവൾ കാത്തിരുന്നു. ഒരു ദിവസം ഉറക്കമുണർന്ന ചിഞ്ചു തന്റെ പൂച്ചെടിയിൽ സുന്ദരിപ്പൂവൊരെണ്ണം കുണുങ്ങി നിൽക്കുന്നത് കണ്ടു. ആ പൂവിലെ തേൻ നുകരാൻ ഒരു കരിവണ്ടും അവിടെ മൂളിപ്പറക്കുന്നുണ്ടായിരുന്നു.

“അമ്മേ, ഇതു കണ്ടോ... കൊച്ചു പൂമൊട്ടു വിരിഞ്ഞതു കണ്ടോ?”

ചിഞ്ചു തുള്ളിച്ചാടി.

"ആഹാ, പൂവു വിരിഞ്ഞല്ലോ... മോളു കുളിച്ചൊരുങ്ങി വരുമ്പോ അമ്മ തലമുടി കെട്ടിവച്ച്, അതിൽ ആ പൂവും വച്ചുതരാം. നല്ല ചന്തമുണ്ടാകും," അമ്മ പറഞ്ഞു.

അതുകേട്ടു ചിഞ്ചുവിനു കരച്ചിൽ വന്നു. "നോക്കമ്മേ, എന്തു ഭംഗിയാണീപ്പൂവിന്! വേണ്ട, ഈ പൂവ് ഇറുത്തു കളയല്ലേ അമ്മേ. പൂച്ചെടിയിൽ നിൽക്കുമ്പോഴാണമ്മേ പൂവിനു കൂടുതൽ ചന്തം. ഈ പൂവ് ഇവിടിങ്ങനെ നിൽക്കട്ടെ."

ചിഞ്ചുമോളുടെ സംസാരം ശ്രദ്ധിച്ച പൂവ് സ്നേഹത്തോടെ അവളെ നോക്കിച്ചിരിച്ചു. പൂക്കളെ തലോടി ചുറ്റിത്തിരിഞ്ഞുനടന്ന കാറ്റും അവളുടെ മേനിയിൽ തട്ടി നന്ദി അറിയിച്ചു. കരിവണ്ടു പാട്ടുമൂളി അവിടമാകെ പാറിനടന്നു.

○○

ഒമ്പത്
സുകുമാരന്റെ പഞ്ഞിമരം

കൊച്ചുകൂട്ടുകാരേ, ഇതാ ഒരു അപൂർവ്വ സൗഹൃദത്തിന്റെ കഥ കേട്ടോളൂ.

കുറേക്കാലം മുൻപു സുകുമാരൻ എന്നൊരു പഞ്ഞിക്കച്ചവടക്കാരൻ ജീവിച്ചിരുന്നു. സുകുമാരൻ ജനിച്ചയുടൻ അയാളുടെ അച്ഛൻ മുറ്റത്ത് ഒരു പഞ്ഞിമരത്തൈ നട്ടു. സുകുമാരൻ വളരുന്നതിനനുസരിച്ചു പഞ്ഞിമരവും വളർന്നു. വളർന്നു വളർന്നു സുകുമാരൻ യുവാവായി. ജോലി ചെയ്യാനുള്ള പ്രായവുമായി. സുകുമാരനു പഞ്ഞിമരത്തോടു വലിയ മമതയുണ്ടായിരുന്നു. സുകുമാരനും പഞ്ഞിമരവും സമപ്രായക്കാരാണല്ലോ! രണ്ടുപേരും അദ്ധ്വാനിക്കാനാരംഭിച്ചു. പഞ്ഞിമരം തന്റെ പ്രയത്നം കൊണ്ടു ചില്ലകളിൽ നിറയെ കായകളുണ്ടാക്കി. സുകുമാരൻ അതൊക്കെ പറിച്ചെടുത്തു വിടർത്തി ഉണക്കാനും, ഉണങ്ങിയ പഞ്ഞിക്കായയിൽ നിന്നും പഞ്ഞി വേർതിരിച്ചു ചന്തയിൽ കൊണ്ടുപോയി വിൽക്കാനും ഉത്സാഹത്തോടെ ഓടിനടന്നു. വൈകുന്നേരങ്ങളിൽ പഞ്ഞിക്കുരു കൊറിച്ചുകൊണ്ടു മരത്തിനോടു കൊച്ചുകൊച്ചു വർത്തമാനങ്ങൾ പറഞ്ഞിരിക്കുന്നതു സുകുമാരന്റെ ശീലമായിരുന്നു.

അങ്ങനെയിരിക്കെ ഒരു ദിവസം ചന്തയിൽ പോയി വരുന്നവഴി സുകുമാരൻ കാൽ വഴുതി വീണു. നടക്കാൻ വയ്യാതായ സുകുമാരൻ പിന്നീടു കിടപ്പിലുമായി. പഞ്ഞിമരത്തിനു സുകുമാരന്റെ അവസ്ഥ താങ്ങാനാവുമായിരുന്നില്ല. പഞ്ഞിമരം ദുഃഖം സഹിക്കാൻ വയ്യാതെ കരഞ്ഞു. പഞ്ഞിക്കായകൾ ഓരോന്നായി കണ്ണീർ പൊഴിച്ചു താഴെ വീണു. ഒരു ദിവസം സുകുമാരൻ ദൈവത്തിന്റെ അടുത്തേക്കു യാത്രയായി. ചടങ്ങുകളിൽ പങ്കെടുക്കാനെത്തിയവർ പൊടുന്നനെ ഒരു വലിയ ശബ്ദം കേട്ടു മുറ്റത്തേക്ക് ഓടിയിറങ്ങി. അതാ, ദുഃഖം സഹിക്കാനാവാതെ പഞ്ഞിമരം നിലംപതിച്ചിരിക്കുന്നു!

കൂട്ടുകാരേ, പണ്ടുമുതൽക്കേ പ്രകൃതിയിലെ ചരാചരങ്ങൾ സ്നേഹം പരസ്പരം പങ്കുവച്ചിരുന്നു. അതിനാൽത്തന്നെ പ്രകൃതിയെ സ്നേഹിക്കുന്ന മനുഷ്യരായി നാം എന്നും തുടരണം.

○○

പത്ത്
മഴവിതയ്ക്കുന്നവൻ

“പോക്രോം, പോക്രോം... പോക്രോം, പോക്രോം...”

കുഞ്ഞിക്കൂട്ടുകാരെ, അതാ ഒരു തവളക്കൂട്ടന്റെ ശബ്ദം കേൾക്കുന്നില്ലേ? മഴത്തുള്ളികളെ വിളിക്കുകയാണവൻ. പാവം തവളക്കുട്ടൻ, എന്തു സങ്കടമാണ് അവന്റെ സ്വരത്തിൽ! ശ്.. ശ്.. ശ്.. മിണ്ടല്ലേ.. അതാ ആരോ എന്തോ പറയുന്നു. എല്ലാവരും കാതോർത്തു നിന്നു. അതു മേഘത്തമ്പുരാട്ടിയാണ്. മേഘതമ്പുരാട്ടി തന്റെ മടിയിൽ കരിമ്പുതപ്പിൽ മയങ്ങുന്ന മക്കളെ തട്ടിവിളിച്ചു.

“മഴമക്കളെ, നിങ്ങളുടെ കൂട്ടുകാരന്റെ നിലവിളി കേൾക്കുന്നില്ലേ? നിങ്ങളിങ്ങനെ മടിപിടിച്ചു കിടക്കാതെ താഴേക്കു ചെല്ലൂ.”

“അമ്മമേഘമേ... ഞങ്ങളുടെ ചങ്ങാതിയുടെ സങ്കടം അറിയാഞ്ഞിട്ടല്ല, ഭൂമിയിൽ നിറയെ അഴുക്കാണ്. വൃത്തിയില്ലാത്ത അവിടെ ഞങ്ങളെങ്ങിനെയാണു കാലുകുത്തുക? ഞങ്ങളില്ല.”

“ശരിയാ.. ഞങ്ങൾക്കു കാലുകുത്താൻ ഇത്തിരി മണ്ണുപോലുമില്ല... താഴേക്കു പോകാൻ ഞങ്ങളില്ല, ഞങ്ങളില്ല.”

വലിപ്പംകൂടിയ നീർമണിയുടെ വാക്കുകൾക്കു മറ്റു മഴമക്കളും

കൂട്ടുനിന്നു.

"മഴമക്കളെ, നിങ്ങളിങ്ങനെ ശാഠ്യം പിടിക്കാതെ. തവളക്കുട്ടൻ എത്ര സാധുവാണ്. തെറ്റുകാർ മനുഷ്യരാണ്. പാവം തവളക്കുട്ടനെ സങ്കടപ്പെടുത്തരുത്. നല്ല കുട്ടികൾ മുതിർന്നവർ പറയുന്ന നല്ല കാര്യങ്ങൾ അംഗീകരിക്കണം. എന്റെ മക്കൾ, അമ്മ പറയുന്നത് അനുസരിക്കില്ലേ?"

"അമ്മ സങ്കടപ്പെടല്ലേ, ഞങ്ങൾ പോകാം... തവളക്കുട്ടൻ ഞങ്ങളുടെ പ്രിയ സ്നേഹിതൻ തന്നെയാണ്. അവന്റെ സങ്കടം ഞങ്ങൾ ഇപ്പോൾ തന്നെ മാറ്റിക്കൊള്ളാം."

"ഹായ് ഹായ് പോക്രോം പോക്രോം... അതാ കൂട്ടുകാരേ ആകാശത്തേക്കു നോക്കൂ."

ഇരുട്ടു പടരുന്ന ആകാശത്തേക്കു തവളക്കുട്ടൻ കൈചൂണ്ടി.

"എന്റെ മഴക്കൂട്ടുകാർ വരാനൊരുങ്ങുകയാണ്. കണ്ടില്ലേ.. കണ്ടില്ലേ..." മുന്നിൽ കണ്ട മുക്കുറ്റിയോടും തുമ്പച്ചെടിയോടുമൊക്കെ തവളക്കുട്ടൻ അവന്റെ സന്തോഷം പങ്കുവെച്ചു.

മഴത്തുള്ളികൾ താഴേക്കു പതിച്ചു തുടങ്ങി.

"പോക്രോം... പോക്രോം..." നിലത്തുകുത്തി തുള്ളിത്തെറിക്കുന്ന മഴത്തുള്ളികൾക്കൊപ്പം തവളക്കുട്ടന്റെ പാട്ടും നൃത്തവും ഗംഭീരമായി അരങ്ങേറി.തവളക്കുട്ടന്റെ സന്തോഷം പതിയെ പതിയെ മുകളിലേക്കുയർന്നു. അതൊരു വില്ലിന്റെ ആകൃതിയിൽ നിറങ്ങൾ വിതറി പീലി വിടർത്തി നിന്നു.

ഏഴു നിറങ്ങളിൽ ആകാശത്തു തെളിഞ്ഞുമായുന്ന മഴവില്ലു നിങ്ങൾ കണ്ടിട്ടില്ലേ? തവളക്കുട്ടനെപ്പോലുള്ള പാവം ജീവികളുടെ, മഴ കാണുമ്പോഴുള്ള സന്തോഷമാണ് ആകാശത്തെ മഴവില്ല്!

○○

പതിനൊന്ന്

നോട്ടുകൂട്ടങ്ങളും നാണയത്തുട്ടുകളും

മയിലാടുംകുന്നിലുള്ള പൂക്കാരൻ ചേട്ടന്റെ ഷർട്ടിന്റെ കീശയിൽ ഒരു മണിപേഴ്സ് ഉണ്ടായിരുന്നു. പേഴ്സിനുള്ളിൽ കുറെ മുതിർന്ന നോട്ടുകളും ചില്ലറപ്പൈസകളുമാണു താമസിച്ചിരുന്നത്. മുതിർന്ന നോട്ടുകൾ മഹാ അഹങ്കാരികളായിരുന്നു. തങ്ങളുടെ വലിപ്പം പറഞ്ഞു ചില്ലറത്തുട്ടുകളെ എപ്പോഴും അവർ കളിയാക്കും.

സദാ കൂട്ടുണ്ടായിട്ടും ഗർവ്വന്മാരായ നോട്ടുകൾ തങ്ങളെ വില കുറച്ചുകാണുന്നതിൽ ചില്ലറപ്പൈസകൾക്കു വല്ലാത്ത വിഷമം തോന്നിയിരുന്നു. മുതിർന്ന നോട്ടുകൾ കളിയാക്കുമ്പോഴൊക്കെ ഒറ്റരൂപത്തുട്ടും രണ്ടുരൂപയുടെയും അഞ്ചുരൂപയുടെയും തുട്ടുകളുമൊക്കെ പേഴ്സിന്റെ മൂലയിലേക്ക് ഒതുങ്ങിക്കൂടും.

എന്നെങ്കിലും ഇവരെ ഒരു പാഠം പഠിപ്പിക്കണം, പൂക്കാരൻ ഷർട്ട് തീരുമാനിച്ചു. മഴയുള്ളൊരു ദിവസം പൂക്കാരൻ ഷർട്ട് റോഡിലൂടെ പോവുകയായിരുന്നു. പേഴ്സിനുള്ളിലിരുന്നു നോട്ടുകൾ ചില്ലറകളെ കളിയാക്കുന്നുണ്ട്. പേഴ്സിനുള്ളിലെ പ്രശ്നം കണ്ടു കണ്ടു മടുത്ത പൂക്കാരൻഷർട്ട് തന്റെ പോക്കറ്റിൽ കിടന്നിരുന്ന മണിപേഴ്സിനെ തള്ളിത്താഴെയിട്ടു.

“എന്റെമ്മച്ചിയേ,” എന്നു നിലവിളിച്ചു കൊണ്ട് മണിപേഴ്സ്, റോഡിലെ കുഴിയിൽ കെട്ടിക്കിടന്ന ചെളിവെള്ളത്തിലേക്കു തലയും കുത്തി വീണു. “അയ്യോ, ഞങ്ങൾ പുഴയിൽ വീണേ... രക്ഷിക്കണേ...” നോട്ടുകൂട്ടം കരയാൻ തുടങ്ങി.

നനഞ്ഞു കുതിർന്ന നോട്ടുകൾ തണുപ്പു സഹിക്കാൻ വയ്യാതെ കിടുകിടെ വിറച്ചു. പൂക്കാരൻഷർട്ട് മണിപേഴ്സിനെ പൊക്കിയെടുത്തു. നോട്ടുകളെയെല്ലാം പുറത്തെടുത്തു ചൂടുപിടിപ്പിച്ചു.

“എന്തിനാ പൂക്കാരൻഷർട്ടേ നീ ഞങ്ങളെ തള്ളിയിട്ടേ? കണ്ടില്ലേ നീ ഉണക്കിയിട്ടും ഞങ്ങളുടെ ദേഹമാകെ ചുളുങ്ങിയിരിക്കുന്നത്... എത്ര കഷ്ടപ്പെട്ടിട്ടാ ഞങ്ങൾ പേഴ്സിനുള്ളിൽ ഉടയാതെ ഇരുന്നിരുന്നതെറിയാമോ?,” നോട്ടുകൂട്ടം പരിഭവപ്പെട്ടു.

“എനിക്കറിയാം. നിങ്ങളെ എനിക്കിഷ്ടവുമാണ്. അഹങ്കാരമില്ലെങ്കിൽ നിങ്ങളെത്ര നല്ലവരാകും, നിങ്ങളുടെ അഹങ്കാരത്തെ ഇല്ലായ്മ ചെയ്യാൻ ഇതായിരുന്നു എളുപ്പമാർഗ്ഗം. നിങ്ങളുടെ സൗന്ദര്യം ഇത്രയേ ഉള്ളൂ. ചില്ലറപ്പൈസകളെ നോക്കൂ, നനഞ്ഞു കഴിഞ്ഞപ്പോൾ അവർ കൂടുതൽ സുന്ദരന്മാരും സുന്ദരികളുമായിരിക്കുന്നു. നിങ്ങൾക്കു കുറച്ചു വലിപ്പം ഉണ്ടായിട്ട് എന്താ കാര്യം, ഒരുമിച്ചുകൂടുമ്പോൾ പൊട്ടിച്ചിരിക്കാനുള്ള കഴിവുപോലും അവർക്കല്ലേ ഉള്ളത്? പരസ്പരം സഹകരിച്ചു ജീവിക്കേണ്ടവരാണു നിങ്ങൾ. അതു മറക്കരുത്. കൈമാറ്റങ്ങളിലൂടെ നോട്ടുകൾ ചില്ലറകളും ചില്ലറകൾ നോട്ടുകളുമാകാറുണ്ട്. ക്രയവിക്രയമെന്നു കേട്ടിട്ടില്ലേ? എല്ലാത്തിനും അതിന്റേതായ പ്രധാന്യമുണ്ട്.”

പൂക്കാരൻ ഷർട്ടിന്റെ വാക്കുകൾക്കു മുന്നിൽ നോട്ടുകൂട്ടങ്ങൾ തലകുനിച്ചു നിന്നു. പൂക്കാരൻഷർട്ട് മണിപേഴ്സിനെ തുടച്ചു

വൃത്തിയാക്കി പഴയപടി തന്റെ കീശയിലേക്കു തിരുകിവച്ചു. പിന്നീടൊരിക്കലും നോട്ടുകൾ ചില്ലറകളെ കളിയാക്കിയിട്ടേയില്ല.

വരുന്നതിനേക്കാൾ വേഗത്തിൽ നഷ്ടമായേക്കാവുന്ന ഒന്നാണു സമ്പത്ത്. സാധുക്കളിൽ നന്മകൊണ്ട് ഏറെ സമ്പരായവരുമുണ്ട്. മണിപേഴ്സ് വീണതുകണ്ടില്ലേ? നിരപരാധികളും ചിലപ്പോഴൊക്കെ മറ്റുള്ളവരുടെ തെറ്റിന് ഇരയാകാറുണ്ട്. എന്തായാലും നമ്മളൊരിക്കലും ആർക്കും അപകടം വരുത്താൻ കാരണക്കാരാകരുത്.

പന്ത്രണ്ട്
മരത്തിന്റെ ആത്മാവ്

പ്രിയപ്പെട്ട കൂട്ടുകാരേ,

ഞാൻ നിങ്ങളോട് എന്റെ കഥ പറയാം. എന്റെ പേര് 'മരം' എന്നാണ്. എന്നാൽ ഞാനിപ്പോൾ മരമല്ല, മരത്തിന്റെ ആത്മാവാണ്! പണ്ടുപണ്ട്, വളരെ പണ്ട്, എന്റെ അമ്മ എന്നെ ഭൂമിക്കു നൽകി. ഞാൻ എന്നു പറഞ്ഞാൽ കൂട്ടുകാർക്കു മനസ്സിലായോ? ഒരു ചെറിയ വിത്തു മാത്രമാണു ഞാനപ്പോൾ.

മഴ പെയ്തു മണ്ണു നനഞ്ഞപ്പോൾ വിത്തു മുളച്ചു ഞാൻ വലുതായി വലുതായി വന്നു. നിങ്ങളുടെ ഒരു മുതുമുത്തച്ഛൻ എനിക്കു ചുറ്റും വെള്ളമൊഴിച്ചു. ഞാൻ വളരെ വലുതായി. എനിക്ക് ഒരുപാടു കൈകൾ ഉണ്ടായി. കൈവിരലുകളിൽ പൂവുകളും പഴങ്ങളും ഉണ്ടായി. ഒരുപാടു കുട്ടികൾ എന്റെയരികിൽ വന്നു നൃത്തം ചെയ്തു. ഞാൻ അവർക്കു പഴങ്ങൾ ഇട്ടുകൊടുത്തു. എന്റെ കൈകളിൽ വള്ളികൾ തൂക്കി അവർ ഊഞ്ഞാലാടി. എന്റെമേലെ കാക്കകളും കിളികളും കൂടുകെട്ടി. അണ്ണാറക്കണ്ണൻമാർ കൊഞ്ഞനംകുത്തി കളിച്ചു. എന്റെ വേരിനരികിൽ പാമ്പുകൾ താമസിച്ചു. എന്റെ പഴങ്ങൾ തിന്നാൻ വവ്വാലുകളും, അണ്ണാറക്കണ്ണൻമാരും, പക്ഷികളും മത്സരിച്ചു. ഞാൻ പടർന്നു പന്തലിച്ചു. ചന്തയിൽ സാധനങ്ങൾ വിൽക്കാൻ പോകുന്നവരുടെ അത്താണി എന്റെ തണലിലായിരുന്നു. കൃഷിപ്പണിക്കു വരുന്നവർ ഉച്ചയുറക്കത്തിനും എന്റെയരികിൽ വന്നിരുന്നു. വലിയ കാറ്റുവന്നാൽ ആർക്കും ഒന്നും പറ്റാതിരിക്കാൻ ഞാൻ ശ്രമിച്ചു. മഴക്കാലത്തു മണ്ണൊഴുകിപ്പോകാതിരിക്കാൻ ഞാൻ

കാലുകൾ കൊണ്ടു തടവച്ചു.

കുറേക്കാലം കഴിഞ്ഞു. ഒരു ദിവസം മൂന്നുനാലാളുകൾ കോടാലിയുമായി എന്റെ അരികിൽ വന്നു. അവരെന്റെ കടയ്ക്കൽ വെട്ടി. ഞാൻ ഒരാർത്തനാദത്തോടെ നിലംപതിച്ചു. അവർ വാളുകൊണ്ടെന്നെ കീറിമുറിച്ചു. എന്റെ മുറിവിൽ ചോരപൊടിഞ്ഞു. ഞാനുറക്കെ നിലവിളിച്ചു. വായില്ലാത്തതു കൊണ്ടാണോ എന്നറിയില്ല, ശബ്ദം പുറത്തുവന്നില്ല.

ഞാൻ വളരെ വലുതായിരുന്നു. അവർ എന്റെ കാതലെടുത്തു കസേരകളും മേശകളും ഊഞ്ഞാലുകളുമൊക്കെയുണ്ടാക്കി. വീടിനു മച്ചിട്ടു. ഓടുപാകാൻ കൂടിട്ടു. വാതിലുകളും ജനലുകളും ഉണ്ടാക്കി. അവർ കസേരയിലിരുന്നു. മേശകൾ ഉണ്ണാനും വസ്ത്രം തേക്കാനും പഠിക്കാനുമൊക്കെ ഉപയോഗിച്ചു. ഊഞ്ഞാലിലിരുന്നാടി. മച്ചിന്റെ മുകളിൽ എലികളും പാറ്റകളും പല്ലികളുമൊക്കെ താമസിച്ചു. എന്റെ ഉണങ്ങിയ ചില്ലകൾ വെട്ടിയെടുത്ത്, അവർ ചോറും കറികളുമുണ്ടാക്കാൻ അടുപ്പിൽ കത്തിച്ചു.

ഇപ്പോൾ അവരുടെ പിൻതലമുറക്കാർ, എന്നെ ഉപയോഗിച്ച് ഉണ്ടാക്കിയ മേശയും കസേരകളുമെല്ലാം പുരാവസ്തുക്കളാക്കി. വീടു പൊളിച്ചു കളഞ്ഞു. പുതിയ കൊട്ടാരം നിർമ്മിക്കാൻ അവരെന്നെ വാർക്കക്കു താങ്ങാക്കി. എന്റെ ദേഹത്ത് ആണിയടിച്ചു കയറ്റി. ഞാൻ വേദന കൊണ്ടു പുളഞ്ഞു. അവർ വാതിലുകളും ജനലുകളും കോൺക്രീറ്റുകളും അലൂമിനിയവുമൊക്കെയാക്കി. എന്റെ കഥ അതോടെ കഴിഞ്ഞു!

ഞാൻ ഇന്നൊരു ആത്മാവാണ്. എന്റെ മക്കളുടെയും കൊച്ചുമക്കളുടെയും കാര്യമോർത്തു ഞാനിന്നു സങ്കടപ്പെടുന്നു. അവർക്കു നിൽക്കാൻ ഇന്ന് ഒരിടമില്ല. അഥവാ ഉണ്ടെങ്കിൽതന്നെ അവർ മുളയിലേ നുള്ളപ്പെടുന്നു. ഒരുവിധം പിടിച്ചു നിന്നാൽത്തന്നെ ഏതു സമയവും കോടാലിയുമായി വരുന്നവരെയോർത്തു ഞെട്ടുന്നു. ഇന്നിവിടെ മരങ്ങൾ വേണ്ടാത്ത അവസ്ഥയാണ്. മരമില്ലെങ്കിൽ ഭൂമിയില്ലെന്നു നിങ്ങളെങ്കിലും മനസ്സിലാക്കിയിരുന്നെങ്കിൽ...!

എന്ന്, നിങ്ങളെ ഏറെ സ്നേഹിക്കുന്ന നിങ്ങളുടെ സ്വന്തം മരം.

പതിമൂന്ന്
കടിയനുറുമ്പിന്റെ കൂട്ടുകെട്ട്

ഒരു ദിവസം കടിയനുറുമ്പു തോളിലൊരു ചാക്കുമായി ധൃതിയിൽ നടന്നു പോവുകയായിരുന്നു. കാര്യം, കടിയൻ എന്നു പേരുണ്ടെങ്കിലും എല്ലാവരോടും കൂട്ടുകൂടാൻ കടിയനു വലിയ ഇഷ്ടമായിരുന്നു. വഴിവക്കിൽ കാണുവരോടെല്ലാം കുശലമന്വേഷിച്ചാണു കടിയനുറുമ്പിന്റെ യാത്ര.

അപ്പോഴാണ് ഒരു പറങ്കിമാവിന്റെ ചുവടുപറ്റി മൂന്നുനാലു കൂട്ടുകാർ വർത്തമാനം പറഞ്ഞു കൊണ്ടു നിൽക്കുന്നതു കടിയന്റെ ശ്രദ്ധയിൽപ്പെട്ടത്. ഇനിയും കുറേദൂരം പോകേണ്ടതുണ്ട്, എന്നാലും ഇവരോടുകൂടി ഒന്നു മിണ്ടിയിട്ടു പോകാം. കടിയനുറുമ്പ് അവരോടും കുശലം ചോദിക്കാൻ ചെന്നു.

“കറുമ്പിപ്പയ്യേ കറുമ്പിപ്പയ്യേ അകിടിലെന്താണ്? നിന്റെ അകിടിലെന്താണ്?”

കടിയന്റെ ചോദ്യം കേട്ടു നാണിച്ചു ചിരിച്ചു കൊണ്ട് കറുമ്പി പറഞ്ഞു,

“വെളുക്കും മുമ്പേ കറക്കും
പാലതിലൊളിച്ചിരിപ്പുണ്ട്,
എന്തോ നിനച്ചിരിപ്പുണ്ട്.”

പിന്നെ കടിയൻ, കുറുമ്പിക്കാക്കയുടെ നേരെ തിരിഞ്ഞു ചോദിച്ചു, “കുറുമ്പിക്കാക്കേ കുറുമ്പിക്കാക്കേ കൊക്കിലെന്താണ്, നിന്റെ കൊക്കിലെന്താണ്?”

അപ്പോൾ കുറുമ്പി പറഞ്ഞു,

“മധുരമുള്ളൊരു പാട്ടു മൂളാൻ കൊതിയിരിപ്പുണ്ട്,
ഉള്ളിൽ മറഞ്ഞിരിപ്പുണ്ട്.”

പിന്നെ, സുന്ദരി തത്തയെ ആയിരുന്നു കടിയൻ കണ്ടത്.

“സുന്ദരിത്തത്തേ, സുന്ദരിത്തത്തേ
നിന്റെ ചുവന്നചുണ്ടിൽ വിരിഞ്ഞതെന്താണ്,
മനസ്സിൻ കൂട്ടിലെന്താണ്?”

“എന്റെ കൂടിരിക്കും ചില്ലയണയാൻ മോഹമിരിപ്പുണ്ടേ,
ഏറെ മോഹമിരിപ്പുണ്ടേ...”

പിന്നെ, ചിറകുകൾ ഇളക്കി തഞ്ചത്തിൽ നിന്നു കിന്നാരം പറയുന്ന മിന്നാമിനുങ്ങിനോടു കടിയൻ ചോദിച്ചു,

“മിന്നാമിനുങ്ങേ മിന്നാമിനുങ്ങേ, മിനുമിനുങ്ങണ തിളക്കമെന്താ

ണ്? നിന്റെ മിനുക്കമെന്താണ്?"

"കൂരിരുട്ടിൽ കൂട്ടിരിക്കാൻ വിളക്കിരിപ്പുണ്ട്,
എന്നുള്ളിൽ വിളക്കിരിപ്പുണ്ട്."

"എല്ലാവരുടേയും വിശേഷങ്ങൾ അറിഞ്ഞു. സന്തോഷമായി. ഇനി ഞാൻ പോട്ടെ. എല്ലാവർക്കും നല്ലതു വരട്ടെ. വർത്തമാനം പറഞ്ഞുനിന്നു നേരം പോയി. ഞാൻ പോയിട്ടു വരാമേ..."

യാത്ര പറഞ്ഞു പോകാൻ തുടങ്ങിയ കടിയനുറുമ്പിനോട് ഒരെ താളത്തിൽ ആ കൂട്ടുകാർ ചോദിച്ചു,

"കടിയൻ ചേട്ടാ, കടിയൻ ചേട്ടാ, തിടുക്കമെന്താണ്, ഇത്ര തിടുക്കമെന്താണ്?"

ആ ചോദ്യം കേട്ടു കടിയനുറുമ്പു പറഞ്ഞു,

"പഞ്ഞമാസത്തിൽ പശിയടക്കാൻ പണിയെടുക്കേണം,
പെരുമഴയിൽ വിശപ്പടക്കാൻ കരുതൽ ചെയ്യേണം,
ഇമ്മിണി ധാന്യമൊരുക്കേണം,
പുത്തൻ കുടിലു കെട്ടേണം."

ഇത്രയും പറഞ്ഞു കടിയനുറുമ്പ് തോളിൽ ചാക്കും തൂക്കിയിട്ടു ധൃതിയിൽ നടന്നകന്നു.

കൂട്ടുകാരേ, നാളേക്കുവേണ്ടി ഇന്നേ അധ്വാനിക്കണം. എന്നാലോ, എത്ര തിരക്കായാലും സൗഹൃദങ്ങൾ മറന്നുപോവുകയുമരുത്.

പതിനാല്
മീശനാരായണന്റെ വങ്കത്തം

പുലിക്കുട്ടൻ ഒന്നു വിശ്രമിക്കാനുള്ള സ്ഥലമന്വേഷിച്ചാണു മലഞ്ചെരുവിൽ എത്തിയത്. അപ്പോഴതാ അവിടെ താടിക്കു കയ്യും കൊടുത്തു മുഖത്തോടുമുഖം നോക്കി ഒരു കുഞ്ഞിപ്പൂച്ചയും അമ്മപ്പൂച്ചയും വിഷണ്ണരായി ഇരിക്കുന്നു. പുലിക്കുട്ടി അവരുടെ പ്രശ്നമെന്താണെന്നു ചോദിച്ചറിഞ്ഞു, പരിഹരിക്കാമെന്നു വാക്കും കൊടുത്തു.

പ്രശ്നമെന്താണെന്നല്ലേ? പുലിക്കുട്ടിയും അവന്റെ കുടുംബക്കാരും തന്നെയാണു പ്രശ്നം. മാലുമോളുടെ വീട്ടിലാണു കുഞ്ഞിപ്പൂച്ചയുടെ അച്ഛനായ മീശനാരായണനും കുടുംബവും താമസിച്ചിരു

ന്നത്. മീശക്കു താൻ ആ നാട്ടിലെ ഏറ്റവും ശ്രേഷ്ഠനായ മൃഗമാണെന്നും കാണാൻ നല്ല ശൗര്യം തോന്നുമെന്നും മറ്റുമുള്ള ചെറിയൊരു അഹങ്കാരമുണ്ടായിരുന്നു. അതുകൊണ്ടു തന്നെ നെഞ്ചു വിരിച്ചു, മീശപിരിച്ചു വലിയ ഗമയിലായിരുന്നു മൂപ്പരുടെ നടപ്പ്. അങ്ങനെയിരിക്കുമ്പോഴാണു മീശയുടെ മനസ്സമാധാനം കെടുത്താൻ കാട്ടിൽ നിന്നും കുറ്റീം പറിച്ച് ഒരു പുലി കുടുംബം നാട്ടിലെത്തിയത്.

തന്റെ വർഗ്ഗത്തിൽ, തന്നേക്കാൾ ഭീകരനോ? മീശനാരായണനു സഹിക്കാൻ കഴിഞ്ഞില്ല. മീശനാരായണൻ നേരെ മലമുകളിലേക്കു വച്ചുപിടിച്ചു. വനഭഗവാനെ പ്രീതിപ്പെടുത്തി പുലിയേക്കാൾ വലിയവനാകാനുള്ള ഘോര ഘോര തപസ്സു തുടങ്ങി ആശാൻ. ഇപ്പോൾത്തന്നെ താടീം മുടീം നീണ്ടു നിലം തൊടാറായി. ഇനിയും തപസ്സു നീണ്ടാൽ കാര്യങ്ങൾ കൈവിട്ടു പോകും.

മാലുമോൾക്കും അമ്മച്ചിക്കും അച്ഛനുമെല്ലാം മീശനാരായണനേയും കുടുംബത്തെയും വലിയ കാര്യമാണ്. അതുകൊണ്ടു തന്നെ മീശയെ കാണാഞ്ഞു മാലുമോളും വലിയ സങ്കടത്തിലാണ്. പാലും ബിസ്ക്കറ്റുമായി ആ വീട്ടുകാർ കാത്തിരിക്കുകയാണെന്നാണു കുഞ്ഞിപ്പൂച്ചയും അമ്മപ്പൂച്ചയും പറയുന്നത്.

പുലിക്കുട്ടൻ അടിവാരത്തിൽ നിന്നും മലമുകളിലേക്കുള്ള ഊടുവഴിയേ കയറിച്ചെന്നു. അതാ, എല്ലും തോലുമായ ഒരു പൂച്ച രണ്ടു കൈയും മേലോട്ടു പൊക്കിപ്പിടിച്ചു ഒറ്റക്കാലിൽ നിൽക്കുന്നു. പുലിക്കുട്ടൻ ചിരിയടക്കി ശബ്ദമുണ്ടാക്കാതെ ഒരു മരത്തിനു മുകളിൽ വലിഞ്ഞുകയറി മരച്ചില്ലയുടെ മറവുപറ്റിയിരുന്നു. എന്നിട്ട് ഉച്ചത്തിൽ പറഞ്ഞു.

“ഹേയ് മീശനാരായണാ, ഞാൻ നിന്നിൽ പ്രസാദിച്ചിരിക്കുന്നു. നിനക്കു പുലിയേക്കാൾ കേമനാകണം, അത്രയല്ലേ വേണ്ടൂ. നീ നിന്റെ വീട്ടിലേക്കു മടങ്ങുക. രണ്ടു ദിവസത്തിനുള്ളിൽ അതു സംഭവിക്കും.”

വനഭഗവാന്റെ അശരീരിയാണെന്നു കരുതി താണു വണങ്ങി, തപസ്സ് അവസാനിപ്പിച്ചു മീശനാരായണൻ മലയിറങ്ങാൻ തുടങ്ങി. അപ്പോഴതാ നാരായണന്റെ വഴിതടഞ്ഞ് ഒരു പുലിക്കുട്ടി നിൽക്കുന്നു.

“അയ്യോ ഇതെന്തു പറ്റി? ആകെ പേക്കോലമായല്ലോ?” പുലിക്കുട്ടി ഒന്നുമറിയാത്ത ഭാവത്തിൽ ചോദിച്ചു.

“ഹും മാറിപ്പോ പുലിക്കുട്ടീ... അവന്റെയൊരു കിന്നാരം, രണ്ടു

ദിവസമൊന്നു കഴിഞ്ഞോട്ടെ നീ കണ്ടോ, അപ്പോ അറിയാം ഞാനാരാണെന്ന്." പുലിക്കുട്ടിയുടെ ചോദ്യം മീശക്ക് ഒട്ടും പിടിച്ചില്ലായിരുന്നു.

"ങാ അതിരിക്കട്ടെ, ഈ താടീം മുടീമായി വീട്ടിലെത്തിയാൽ നിന്നെ ആരു തിരിച്ചറിയും?" പുലിക്കുട്ടി കൂളായി ചോദിച്ചു.

അതു ശരിയാണല്ലോ. ഓർമ്മിപ്പിച്ചതിനു പുലിക്കുട്ടിയോടു നന്ദി പറഞ്ഞു, അവനേയും കൂടെക്കൂട്ടി നേരെ പോയി മങ്കിച്ചേട്ടന്റെ ബാർബർഷോപ്പിൽ കയറി താടിയും മുടിയുമൊക്കെ വെട്ടി വൃത്തിയായി. എന്നിട്ടു വീട്ടിലേക്കവൻ നടന്നു. വീടിനടുത്തെത്തിയ പുലിക്കുട്ടി മീശനാരായണനെ വീട്ടിലേക്കു പറഞ്ഞുവിട്ടു. നാരായണനെക്കണ്ടു വീട്ടുകാർ ഒത്തിരി സന്തോഷിച്ചു, കൈയിലെടുത്തു ലാളിച്ചു. ഇനി എവിടേക്കും പൊയ്ക്കളയരുതെന്ന് ഉപദേശിച്ചു.

കുഞ്ഞിപ്പൂച്ചയ്ക്കും അമ്മപ്പൂച്ചയ്ക്കും വലിയ സന്തോഷമായി. അവർ പുലിക്കുട്ടനെ വീട്ടിലേക്കു ക്ഷണിച്ചു. വീട്ടിലേക്കു കയറിവരുന്ന പുലിയെ കണ്ടതും വീട്ടുകാർ ഉറക്കെ നിലവിളിച്ചുകൊണ്ടു പരക്കം പാഞ്ഞു.

"അയ്യോ പുലി... പുലി വരുന്നേ.. രക്ഷിക്കണേ രക്ഷിക്കണേ... " അതു പ്രതീക്ഷിച്ചിരുന്ന പുലിക്കുട്ടൻ തിരിഞ്ഞോടി.

പക്ഷേ, അന്നുതന്നെ വളരെ പരിക്ഷീണിതനായി മലകയറിപ്പോകുന്ന മീശനാരായണനെ പുലിക്കുട്ടൻ കണ്ടു.

"എവിടേക്കാ മീശേ?" പുലിക്കുട്ടി ചേദിച്ചു.

"തപസ്സു ചെയ്യണം. വനഭഗവാനോടു കാര്യം പറയണം. രണ്ടു ദിവസം കഴിഞ്ഞാൽ ഞാൻ പുലിയേക്കാൾ വലിയവനാകും. പിന്നെ എന്നെ എന്റെ വീട്ടുകാർ പോലും സ്നേഹിക്കില്ല."

മീശനാരായണൻ വിമ്മിവിമ്മിക്കരഞ്ഞു.

പുലിക്കുട്ടൻ മീശയെ ആശ്വസിപ്പിച്ചു. എന്നിട്ട് ഉണ്ടായ കാര്യങ്ങളെല്ലാം പറഞ്ഞു മനസ്സിലാക്കിക്കൊടുത്തു. ഓരോരുത്തർക്കും അവരവർക്കാവശ്യമായ കഴിവുകൊടുത്താണു ദൈവം സൃഷ്ടിച്ചിരിക്കുന്നതെന്നും, ആരും ആരെക്കാളും കേമനല്ലെന്നും, ദൈവത്തിന്റെ മുന്നിൽ എല്ലാവരും തുല്യരാണെന്നും അവൻ തിരിച്ചറിഞ്ഞു. പിന്നീടു കാലം കഴിയുവോളം യാതൊരു ദുഃശ്ചിന്തയും അലട്ടാതെ, കിട്ടിയ ജന്മത്തിൽ സന്തുഷ്ടരായി മീശനാരായണനും കുടുംബവും അവിടെ സസന്തോഷം ജീവിച്ചുവന്നു.

○○

പതിനഞ്ച്
സഞ്ചാരികൾ

ഒരു ദിവസം മിൻസാരക്കുട്ടി സ്ക്കൂൾ വിട്ടു വരികയായിരുന്നു. കിലോമീറ്ററുകളോളം ദൂരമുണ്ടു വീട്ടിലേക്ക്. ആട്ടിൻകുട്ടികളോടും പൂച്ചക്കുഞ്ഞുങ്ങളോടും എന്നുവേണ്ട വഴിയിൽ കാണുന്ന സകല ജീവികളോടും വർത്തമാനം പറഞ്ഞുകൊണ്ടാണു മിൻസാരയുടെ വരവ്. അപ്പോഴാണവൾ അതു ശ്രദ്ധിച്ചത്, അവിടമാകെ സുഗന്ധം പരത്തിനിന്ന കൈതപ്പൂച്ചെടിയിലിരുന്നു രണ്ടു കിളികൾ സല്ലപിക്കുന്നു. മിൻസാരയുടെ മിഴികൾ പൂവ് പോലെ വിടർന്നുവന്നു. മിൻസാര ആ കിളികളോടും കിന്നരിച്ചു. തന്നെയുമല്ല, ആ കിളികളെ ഒന്നു തൊട്ടുനോക്കാൻ അവൾക്ക് വല്ലാത്ത കൊതി തോന്നി. അവൾ കിളികൾക്ക് അരികിലെത്തിയതും അവ പറന്നുയർന്നതും ഒരുമിച്ചായിരുന്നു. മിൻസാരയെ നോക്കിച്ചിലച്ചു കൊണ്ടു കിളികൾ അടുത്ത മരച്ചില്ലമേൽ ചെന്നിരുന്നു.

കിളികൾക്കരികിലേക്കു മിൻസാര വീണ്ടും ചെല്ലാൻ ശ്രമിച്ചു. കിളികൾ പറന്നുയർന്നു അടുത്ത ചില്ലയിൽ ചെന്നിരുന്നു. പിന്നെ അതിനടുത്തതിലേക്ക്. കിളികൾക്കു പിന്നാലെ നടപ്പു തുടർന്ന മിൻസാരയുടെ കൺ മുന്നിൽ നിന്നും ഒരു നിമിഷം കിളികൾ അപ്രത്യക്ഷമായി. അവൾ ചെവി വട്ടം പിടിച്ചു. എവിടെ നിന്നോ അവയുടെ ശബ്ദം കേൾക്കുന്നുണ്ട്. കുറച്ചുകൂടി മുന്നോട്ടു പോവുക തന്നെ, അവൾ തീരുമാനിച്ചു. നടന്നു നടന്നു ദിശതെറ്റിയത് അവളറിഞ്ഞില്ല. കുറച്ചുദൂരം കൂടി നടന്നു. ഇതുവരെ പരിചയമില്ലാത്ത എന്തൊക്കെയോ ശബ്ദങ്ങൾ കേട്ടു തുടങ്ങി. അപ്പോഴാണവൾ ചുറ്റുപാടും ശ്രദ്ധിച്ചത്. കാനന പാതയിലാണു ചെന്നു പെട്ടിരിക്കുത്. നേരം സന്ധ്യയായിത്തുടങ്ങിയിരിക്കുന്നു,

വേഗം വീട്ടിലെത്തണം. അവൾക്കു പേടിയായിത്തുടങ്ങി. ഏതു വഴിയേ പോകണമെറിയാതെ കുഴങ്ങിയ മിൻസാരയ്ക്കു കരച്ചിൽ വന്നു.

“കുട്ടിയാരാ? കുട്ടിക്ക് ഈ കാട്ടിൽ എന്താ കാര്യം?” ഒരു ഞെട്ടലോടെ ചോദ്യം കേട്ട ദിക്കിലേക്കു തിരിഞ്ഞു നോക്കിയ മിൻസാര കണ്ടത്, അപരിചിതനായ ഒരാളെയാണ്. ചിലപ്പോൾ ഒരു വഴിപോക്കനായിരിക്കണം. തോളിൽ ഒരാവനാഴിയുണ്ട്. അപ്പോ വെറുമൊരു വഴിപോക്കനാവില്ല. ചോദിക്കുക തന്നെ. ഭയവും സങ്കടവുമൊക്കെയുണ്ടെങ്കിലും അവളുടെ ഉള്ളിൽ നിന്നും ഒരു നൂറു

ചോദ്യങ്ങൾ ഉയർന്നു വന്നു.

"അങ്കിളാരാ? വേടനാല്ലേ? പാവം കിളികളേം മൃഗങ്ങളേം കൊല്ലാൻ പോയതാ അല്ലേ?"

വഴിപോക്കന്റെ ചോദ്യത്തിനു മറുപടി പറയുന്നതിനു പകരം അവൾ മറുചോദ്യം ചോദിക്കുകയാണുണ്ടായത്.

"അങ്ങനെയാണെങ്കിൽ എന്റെ കൈയിൽ അമ്പേറ്റുവീണ ഒരു കിളിയെങ്കിലും ഉണ്ടാകുമായിരുന്നില്ലേ? ഞാനീ കാടുകാണാനിറങ്ങിയ ഒരു സഞ്ചാരിയാണ്. ഈ ആവനാഴിയിൽ നിറയെ കുഞ്ഞു കഥകളും. കാടിന്റെ ഓരോ സന്തതിയോടും കഥ പറഞ്ഞു പറഞ്ഞ് ആവനാഴി ശൂന്യമായി. എന്നാലും ഇതുവരെ പറയാതെവെച്ച ഒരു കഥകൂടി ഉണ്ട്. ഞാനതു കുട്ടിക്കു പറഞ്ഞുതരാം."

സഞ്ചാരി കഥ പറഞ്ഞുതുടങ്ങി.

"സുന്ദരദർശിനിക്കു യൗറോനിക്ക എന്നു പേരുള്ളൊരു മുത്തശ്ശി ഉണ്ടായിരുന്നു. മുത്തശ്ശി എന്നു പറഞ്ഞാൽ മുതുമുത്തശ്ശി. യൗറോനിക്ക മുത്തശ്ശിയെ വീട്ടിലെ അംഗങ്ങൾ സശ്രദ്ധം പരിപാലിച്ചിരുന്നു. നാളെയാണു മുത്തശ്ശിയുടെ ഇരുന്നൂറാം പിറന്നാൾ."

"ഇരുനൂറാം പിറന്നാളോ? അത്രേം പ്രായമുള്ള ആ മുത്തശ്ശിയെ എനിക്കും കാണണം." മിൻസാര പറഞ്ഞു.

അതു ശ്രദ്ധിക്കാതെ സഞ്ചാരി കഥ തുടർന്നു. സുന്ദരദർശിനിയെന്ന പൂച്ചക്കുട്ടിയുടെ മുത്തശ്ശിപ്പൂച്ചയാണ് യൗറോനിക്ക. യൗറോനിക്കയ്ക്കു വെള്ളം തൊടുന്നതേ ഇഷ്ടമല്ല. എന്നാലും ഇരുന്നൂറാമത്തെ പിറന്നാളാണു വരുന്നത്! കുളിച്ചു സുന്ദരിയായി പുതിയ കുപ്പായമൊക്കെ ധരിക്കേണ്ടതുണ്ട്. സുന്ദരദർശിനി യൗറോനിക്കയെ നിർബന്ധിച്ചു കുളക്കടവിലേക്കു പറഞ്ഞയച്ചു. യൗറോനിക്ക മുത്തശ്ശി മടിച്ചു മടിച്ചു കുളത്തിലേക്കിറങ്ങാൻ ഭാവിച്ചതും ഞെട്ടി പുറകോട്ടു മാറി. ഒന്നുകൂടി മുത്തശ്ശി കുളത്തിലേക്ക് നോക്കി. കുറേ കണ്ണുകൾ യൗറോനിക്കയുടെ നേരെ നീണ്ടു നീണ്ടു വരുന്നു.

"ഹെന്റമ്മോ... ഒരു കുളത്തിന് ഇത്രയും കണ്ണുകളോ?"

യൗറോനിക്ക ഭയന്നു വീട്ടിലേക്കു തിരിച്ചു പോയി.

വിവരമറിഞ്ഞ സുന്ദരദർശിനി വീണ്ടും യൗറോനിക്കയെ നിർബന്ധിച്ചു കുളക്കടവിലേക്കു കൂട്ടിക്കൊണ്ടു വന്നു. കുളത്തിലേക്കു നോക്കിയ സുന്ദരദർശിനിയുടെ മുഖം സന്തോഷം കൊണ്ട് വിടർന്നു.

"മുത്തശ്ശീ... ഈ കുളം നിറയെ മത്സ്യങ്ങളാണ്. നമ്മുടെ വീട്ടുകാർ നമുക്കു കഴിക്കാൻ തരുന്നതും ഇതുപോലെയുള്ള മത്സ്യങ്ങ

ളെയാണ്."

അദ്ദേഹം കഥ പറഞ്ഞു നിർത്തി.

എന്നിട്ടു മിൻസാരയോടു ചോദിച്ചു, "കഥയാണെന്നു ആദ്യമേ പറഞ്ഞിട്ടും കുട്ടി ആ മുത്തശ്ശിയെ കാണണമെന്നു പറഞ്ഞു. അതിനർത്ഥം യാഥാർത്ഥ്യങ്ങൾ വിസ്മരിക്കുന്നു എന്നല്ലേ? കിളികൾക്കു ദൈവം ചിറകു കൊടുത്തതു യഥേഷ്ടം പറന്നു നടക്കുവാനാണ്. എന്നാൽ അതിനു പിറകേ ചലിക്കുന്ന നമ്മളോ? കിളികൾക്കു പിറകേ പോന്നപ്പോൾ കടന്നുവരുന്ന വഴികളിലേക്കും ശ്രദ്ധ വയ്ക്കണമായിരുന്നു. സാരമില്ല... പോട്ടെ. കുട്ടിയെ ഞാൻ വീട്ടിലെത്തിക്കാം." സഞ്ചാരി പറഞ്ഞു.

ഇരുട്ടു വീണു തുടങ്ങിയിട്ടുണ്ടായിരുന്നു അപ്പോൾ. വല്ലവിധേനയും മിൻസാരയുടെ വീടു കണ്ടുപിടിച്ച്, അവളെക്കാണാതെ ആവലാതിയോടെ നിന്ന വീട്ടുകാരുടെയടുത്തു വിവരങ്ങൾ ധരിപ്പിച്ച് ആ സഞ്ചാരി യാത്ര പറഞ്ഞു പോയി.

○○

പതിനാറ്
അനുവിന്റെ എമി

"**അ**മ്മേ, ഞാൻ പോയിട്ടു വരാമേ..." അനു അമ്മയോടു യാത്ര പറഞ്ഞിറങ്ങി. അനുവിന്റെ സ്കൂളിലേക്കു നടന്നുപോകാവുന്ന ദൂരമേയുള്ളൂ. പാലത്തിന്റെ ഇറക്കത്തിലുള്ള ശങ്കരമാമേടെ മുറുക്കാൻ പീടികയ്ക്കു മുന്നിലെ തെങ്ങിനോടു ചേർന്ന് എമി നിൽപ്പുണ്ട്. അനുവിന്റെ വരവും നോക്കി നിൽക്കുകയാണവൻ. അനുവിനെ കണ്ടപാടെ വാലാട്ടിക്കൊണ്ട് ഓടിവന്ന എമി അവൾക്കു ചുറ്റും നടന്ന്, അവളിട്ടിരുന്ന ഷൂസുകൾ നക്കിത്തുടച്ചു സ്നേഹം പ്രകടപ്പിച്ചു.

കുറേനാളായി ആ തെരുവുനായ അനുവിന്റെ ചങ്ങാതിയായിട്ട്. അവളവന് എമി എന്നു പേരിട്ടു. എമിയെ വീട്ടിലേക്കു കൊണ്ടുപോകണമെന്ന് അനുവിനു മോഹമില്ലാഞ്ഞല്ല. അമ്മയ്ക്കും അച്ഛനും അതിഷ്ടമാവില്ല. അതുകൊണ്ട് എമിയെക്കുറിച്ച് അനു വീട്ടിൽ പറഞ്ഞതേയില്ല.

പതിവുപോലെ അനു ഉച്ചഭക്ഷണത്തിന്റെ പൊതിയഴിച്ച് എമിക്കു വച്ചു കൊടുത്തു. അവനതു കഴിക്കുന്നതു കുറച്ചു നേരം

നോക്കി നിന്ന്, അവനെ ലാളിച്ച ശേഷം അവൾ വേഗം നടന്നകന്നു. അവധി ദിവസങ്ങളിൽ അനു ട്യൂഷനു മുടങ്ങാതെ പോകുന്നതും എമിക്കു വേണ്ടിത്തന്നെയാണ്. കഴിക്കാൻ കിട്ടുന്ന ബിസ്ക്കറ്റുകളും മറ്റും അനു എമിക്കു വേണ്ടി കരുതി വച്ചിരിക്കും.

ഒരുദിവസം അനു സ്കൂളിലേക്കു പോവുകയായിരുന്നു. ശങ്കരമാമേടെ കടയുടെ മുന്നിൽ അതാ ഒരു ഒരാൾക്കൂട്ടം. ശങ്കരമാമയെ ഏതോ പേപ്പട്ടി കടിച്ചെന്ന് അവിടെ കൂടി നിന്നവരുടെ സംസാരത്തിൽനിന്നും അവൾക്കു മനസ്സിലായി. അനു എമിയെ അവിടൊക്കെ തിരഞ്ഞു നടന്നു. എമിയെ കാണാഞ്ഞ വിഷമത്തോടെ സമയം വൈകി സ്കൂളിലെത്തിയ അനുവിനെ ഹെഡ്മിസ്ട്രസ് കൈയോടെ പിടികൂടി.

കരഞ്ഞു കൊണ്ടിരിക്കുകയാണ് അനു. ഹെഡ്മിസ്ട്രസ്സിന്റെ ഒരു ചോദ്യത്തിനും മറുപടി കിട്ടാതായപ്പോൾ അവരവളുടെ വീട്ടിലേക്ക് ഫോൺ ചെയ്തു. കവലയിൽ നിന്നു തന്നെ വീട്ടുകാർ വിവരങ്ങളറിഞ്ഞിരുന്നു. അനു കരച്ചിലോടു കരച്ചിലാണ്. അച്ഛനും അമ്മയും പറയുന്നതൊന്നും അവൾ കേൾക്കുന്നുണ്ടായിരുന്നില്ല.

"എമിയെ കണ്ടുപിടിക്കമ്മേ... എനിക്കവനെ എന്തൊരിഷ്ടമാണെന്നോ... എനിക്കവനെ കാണണം. അവനു വിശക്കുന്നുണ്ടാകും. പാവമാ അവൻ. അച്ഛാ നമുക്കെമിയെ കണ്ടുപിടിക്കാമച്ഛാ... പ്ലീസ്..."

അനൂട്ടി ആഹാരം പോലും കഴിക്കാതെ വാശിപിടിച്ചു. വഴക്കു പറഞ്ഞിട്ടും ശിക്ഷിച്ചിട്ടും അവൾ തന്റെ ആവശ്യത്തിൽ ഉറച്ചുനിന്നു. ശകാരിക്കുന്തോറും അവളുടെ ശാഠ്യം കൂടിയതല്ലാതെ യാതൊരു പ്രയോജനവും ഉണ്ടായില്ല.

"ഇനി മുതൽ നീ നടന്നു സ്ക്കൂളിൽ പോകണ്ട." അച്ഛൻ താക്കീതു ചെയ്തു. തനിക്കു നടന്നു പോകണമെന്നു നിർബന്ധം പിടിച്ച അനു, അക്കാരണത്താൽ ഇനി സ്ക്കൂളിലേക്ക് അയക്കില്ലെന്നറിഞ്ഞതോടെ നിവർത്തിയില്ലാതെ അച്ഛനെ അനുസരിച്ചു. പിറ്റേദിവസം മുതൽ ഓട്ടോയിലായി അനുവിന്റെ യാത്ര. പോകുമ്പോഴും വരുമ്പോഴും ഓട്ടോയിലിരുന്ന് അനുവിന്റെ കണ്ണുകൾ എമിയെ തിരഞ്ഞു കൊണ്ടേയിരുന്നു. ദിവസങ്ങളേറെ കഴിഞ്ഞു പോയി. അനു ആകെ ക്ഷീണിതയായിക്കഴിഞ്ഞിരുന്നു. ഒരുത്സാഹവുമില്ലാത്ത, പഠിക്കാൻ തീരെ മോശമായ ഒരു കുട്ടിയായി മാറിക്കഴിഞ്ഞിരുന്നു അവൾ.

അന്നൊരു ദിവസം പരീക്ഷാച്ചൂടിലേക്കു വേനൽമഴ വന്നെത്തി. അനു പരീക്ഷയെഴുതാനായി പോയിരിക്കുകയാണ്.

"അനുവിന്റെ അച്ഛനെവിടെ?" ഓടിക്കിതച്ച് അനുവിന്റെ വീട്ടുമുറ്റത്ത് എത്തിയ ഒരാൾ അവളുടെ അമ്മയോടു ചോദിച്ചു.

അനു സഞ്ചരിച്ച ഓട്ടോ പുഴയിലേക്കു മറിഞ്ഞെന്നും ആരെങ്കിലും അവിടെവരെ പെട്ടെന്നു വരണമെന്നും പറഞ്ഞ് അയാൾ തിരിച്ചുപോയി.

മണിക്കൂറുകൾ കഴിഞ്ഞു. ആളുകൾ തിരച്ചിൽ അവസാനിപ്പിച്ചു പോകാനൊരുങ്ങുകയാണ്. അപ്പോഴാണു തെല്ലകലെ പൊന്തക്കാട്ടിൽ ഒരനക്കം കേട്ടത്. അവിടെ അതാ, നനഞ്ഞുകുതിർന്നു മൃതപ്രായയായി അനു കിടക്കുന്നു. അരികിൽ കുരക്കാൻ പോലും ശേഷിയില്ലാത്തവിധം എല്ലും തോലുമായ ഒരു തെരുവുനായയും. അനുവിനെ ഉണർത്താൻ ശ്രമിക്കുകയാണു നായ.

ജീവന്റെ തുടിപ്പുകൾ വീണുകിട്ടിയ അനു കണ്ടതു തന്നോടു ചേർന്നു കിടക്കുന്ന എമിയെയാണ്. അനുവിന്റെ മിഴികൾ നിറഞ്ഞൊഴുകി. അവളവനെ ചേർത്തുപിടിച്ചു.

ശങ്കരമാമയെ പേപ്പട്ടി കടിച്ചതു കൊണ്ട് ആളുകൾ ഓടിച്ചുവിട്ട ആ നായ തിരികെ വരാൻ ഭയന്നു ആ പൊന്തയ്ക്കുള്ളിൽ കഴിയുകയായിരുന്നു. അവനാണു പുഴയിൽ മുങ്ങിത്താഴുന്ന അനുവിനെ സ്വന്തം ജീവൻ പോലും നോക്കാതെ നീന്തിയെത്തി ഉടുപ്പിൽ കടിച്ചുവലിച്ചു കരയ്ക്കെത്തിച്ചത്.

എന്തു വേണമെന്നറിയാതെ നാട്ടുകാർ ശങ്കിച്ചു നിൽക്കെ അനുവിന്റെ അച്ഛനും അമ്മയും അവളുടെ പ്രിയ ചങ്ങാതിയായ എമിയെയും അവരുടെ വീട്ടിലേക്കു കൂട്ടിക്കൊണ്ടുപോയി.

OO

പതിനേഴ്
സൗന്ദര്യത്തിന്റെ രഹസ്യം

ഒരിക്കൽ വൃന്ദാവനമെന്നു പേരുള്ള ഒരു പൂങ്കാവനത്തിൽ ലാസയെന്ന കൊച്ചു പെൺകുട്ടി വന്നെത്തി. ആദ്യമായിട്ടല്ല അവളവിടെ വരുന്നതെങ്കിലും ഓരോതവണ വരുമ്പോഴും ആ പൂന്തോട്ടം ആദ്യമായി കാണുന്നതുപോലുള്ള ആഹ്ലാദത്തോടെയും കൗതുകത്തോടെയുമായിരുന്നു ലാസ പെരുമാറിയിരുന്നത്.

"ദാ അതുകണ്ടോ, ഒരു മുയൽക്കുട്ടൻ ചാടിക്കളിക്കുന്നു. ഹായ്,

എന്തൊരോമനക്കുട്ടനാ! എന്തു രസമാ അവനെ കാണാൻ! പഞ്ഞിക്കെട്ടുപോലുണ്ട്. അയ്യോടാ, ആ പൂമരത്തിൽ എന്തുമാത്രം കിളികളാ! അയ്യയ്യാ, കൊക്കുരുമ്മിയിരിക്കണ കണ്ടോ? നല്ല രസണ്ട്ട്ടാ...”

ലാസ തുള്ളിച്ചാടി.

ഓരോ കാഴ്ചയും അവൾക്കു പുതുമ നിറഞ്ഞതായിരുന്നു. ആ പൂന്തോട്ടം നിറയെ പലനിറത്തിലുള്ള സുന്ദരിപ്പൂക്കൾ ചിരിച്ചുല്ലസിച്ചു നിൽക്കുന്നു. പെട്ടെന്നതാ എവിടെനിന്നോ ഒരു തേങ്ങൽ. ലാസ ചെവിയോർത്തു. അവൾ നോക്കുമ്പോൾ ഒരു പനിനീർച്ചെടിയുടെ അരികിലിരുന്ന് ഒരു പൂമ്പാറ്റ കരയുന്നു.

“അയ്യോ എന്തുപറ്റി? ഇത്ര ഭംഗിയുള്ള പൂന്തോട്ടത്തിൽ നീ മാത്രം കരയുന്നല്ലോ! നോക്കൂ, നിന്റെ ചിറകുകൾ ഇളകുന്നതു കണ്ടില്ലേ? കാറ്റുപോലും ഇവിടെ എത്ര സന്തോഷത്തിലാണു കഴിയുത്. പിന്നെ നീ മാത്രം എന്താ ഇങ്ങനെ, എന്താ കാര്യം?”

ലാസയുടെ ചോദ്യം കേട്ടു മുഖമുയർത്തിയ പൂമ്പാറ്റ പറഞ്ഞു, “എല്ലാ പൂക്കളും പൂന്തേൻ കാട്ടി എന്നെ കൊതിപ്പിക്കുകയാ. എന്നെ ആരും അടുത്തു ചെല്ലാൻ പോലും സമ്മതിക്കുന്നില്ല.”

പൂമ്പാറ്റ വീണ്ടും കരയുകയാണ്.

“അതെന്താ? നിന്റെ പേരു തന്നെ പൂമ്പാറ്റയെന്നല്ലേ? പിന്നെന്താ അങ്ങിനെ? സാരമില്ല. കരയാതെ. ഞാനവരോടു ചോദിക്കാം കേട്ടോ.” ലാസ പൂമ്പാറ്റയെ ആശ്വസിപ്പിച്ചു.

“നല്ല ഭംഗിയുള്ള പൂക്കൾ. എന്നിട്ടെന്താ കാര്യം. നിങ്ങളുടെ സ്വഭാവം മാത്രം കൊള്ളില്ല. അതെനിക്കൊട്ടും ഇഷ്ടമായില്ല.”

ലാസ പൂക്കളോടു പറഞ്ഞു.

അപ്പോഴൊരു പൂവു ഗമയിൽ നിവർന്നു നിന്നു, എന്നിട്ടു പറഞ്ഞു, “ലാസ നോക്കൂ, നിന്റെയീ ഉടുപ്പു കണ്ടോ? നിറയെ ചിത്രങ്ങൾ ഉണ്ടതിൽ. നിന്റെ മുഖം കണ്ടോ? നീയെത്ര സന്ദരിയാ! വേണമെങ്കിൽ നിനക്കീ പൂന്തോട്ടം തന്നെ ഞങ്ങൾ തരും. അതുപോലെയാണോ ഈ ശലഭം? ഇതിന്റെ ചിറകിന് ഒരു ഭംഗിയുമില്ല. നിറമില്ല. ഒരു ചിത്രം പോലുമില്ല. ഈ ശലഭത്തിനു തേൻ കൊടുക്കാൻ ഞങ്ങളില്ല. ഞങ്ങളുടെ പേരുചേർത്ത് ഇവളെ പൂമ്പാറ്റയെന്നു വിളിക്കരുത്. ഞങ്ങൾക്കതിഷ്ടമല്ല.”

അത്രയും പറഞ്ഞു കെറുവോടെ പൂവു മുഖം തിരിച്ചു.

പൂമ്പാറ്റ അതുകേട്ടു കരയാൻ തുടങ്ങി. മുത്തുമണികൾ പോലെ ഉരുണ്ടുവീഴുന്ന കണ്ണീരുകണ്ടു ലാസയ്ക്കു ശരിക്കും സങ്കടം വന്നു. ലാസ തന്റെ ഉടുപ്പു കൊണ്ട് ആ മിഴികൾ തുടച്ചു കൊടു

ത്തു. എന്നിട്ടു പറഞ്ഞു, “നിന്റെ ഉടലു കണ്ടോ, എത്ര സുന്ദരമായിരിക്കുന്നു. നിന്റെ ചിറകുകൾ കണ്ണാടിച്ചില്ലുപോലെ മനോഹരമാണ്. നിന്റെ കണ്ണുകൾക്ക് എന്തൊരു തിളക്കമാണ്! പളുങ്ക് പോലെയാണവ. മാത്രമോ, നിനക്കെല്ലായിടത്തും പാറിപ്പറന്നു നടക്കാം. പോരാഞ്ഞോ, നിന്റെ ഉള്ളിലൊരു പാവം ഹൃദയവും. അതുകൊണ്ടല്ലേ അവർ പറയുന്നതു കേട്ടു കരഞ്ഞോണ്ടു മാറിയിരിക്കുന്നത്. ഈ പൂക്കളെ നോക്കൂ, ദേഹം നിറയെ മുള്ളുകളാണ്. നിന്നിടത്തു നിന്നു ചലിക്കാൻ പോലുമാകില്ല. ഒന്നനങ്ങണമെന്നു തോന്നിയാൽ കാറ്റിന്റെ കനിവുവേണം. മുഖത്തിനു ഭംഗിയുള്ളതു കൊണ്ടു മാത്രം എന്താ കാര്യം? മനസ്സിലും ഭംഗി വേണം.”

ലാസ പറയുന്നതുകേട്ടു പൂക്കളെല്ലാം നാണിച്ചു തലതാഴ്ത്തി നിന്നു. എന്നിട്ടും പൂമ്പാറ്റയുടെ സങ്കടം തീർന്നില്ല. അവൾ പിന്നേയും കരച്ചിൽ തന്നെ കരച്ചിൽ.

“കരയല്ലേ പൊന്നേ, ഇനി നിന്നെ കരയാൻ ഞാനനുവദിക്കില്ല. നിന്റെ ചിറകിൽ ഞാൻ ചിത്രങ്ങൾ തുന്നിത്തരാം.”

അങ്ങനെ ലാസ പൂമ്പാറ്റയുടെ ചിറകിൽ പലനിറത്തിലുള്ള ചിത്രങ്ങൾ തുന്നിപ്പിടിപ്പിച്ചു. കൂടുതൽ സുന്ദരിയായ പൂമ്പാറ്റയ്ക്ക് അത്രക്കും സന്തോഷമായി. അവൾ ചിരിച്ചും കളിച്ചും തേൻ നുകർന്നും പൂന്തോട്ടത്തിലെങ്ങും പാറി നടന്നു.

ലാസ, ചിത്രങ്ങൾ തുന്നിയ ശലഭത്തിന്റെ പിൻമുറക്കാരാണു കൂട്ടുകാരെ, കൊതിപ്പിച്ചു നിങ്ങളുടെ മുന്നിലൂടെ പാറിനടക്കുന്ന ചിത്രശലഭങ്ങൾ. ലാസയുടെ മുമ്പിൽ എത്താതിരുന്ന തുമ്പികളാകട്ടെ, കണ്ണാടിച്ചിറകുമായ് ഇവിടെ എവിടെയൊക്കെയോ ഉണ്ട് ഇപ്പോഴും. ഒരു കാര്യം കൂടി പറയട്ടെ. ഇപ്പോഴത്തെ പൂക്കളൊന്നും ആരോടും തരംതിരിവു കാണിക്കുന്നില്ല. അതുകൊണ്ടു പൂക്കളോടു പരിഭവം വേണ്ട കേട്ടോ.

○○

പതിനെട്ട്
പുത്തരിക്കണ്ടത്തിലെ ഞൗണിക്ക

പണ്ടു പണ്ട്, അങ്ങു കിഴക്കേക്കരയിലെ പുത്തരിക്കണ്ടത്തിൽ രണ്ടു ഞൗണിക്കകളും ഒൻപതു മക്കളും സസന്തോഷം താമസിച്ചിരുന്നു. അച്ഛൻ ഞൗണിക്കയും അമ്മ ഞൗണിക്കയും മക്കളെ

വളരെയേറെ കൊഞ്ചിച്ചാണു വളർത്തിയിരുന്നത്.

അങ്ങനെയിരിക്കെ അവർക്കു പത്താമതൊരു കുഞ്ഞുകൂടി പിറന്നു. മഹാ കുസൃതിയായിരുന്നു അവൾ. പുത്തരിക്കണ്ടത്തിൽ ഞാറുനടുവാനും കളപറിക്കാനുമൊക്കെ വരുന്നവരുടെ കാലിൽ ഞൗണിക്കക്കൊച്ചു കടിച്ചുതൂങ്ങും. വേദന സഹിക്കവയ്യാതെ അവർ കാലുകൾ കുടഞ്ഞെറിയുമ്പോൾ താഴെ വീഴുന്ന ഞൗണിക്കക്കൊച്ചു തന്റെ കട്ടിയുള്ള പുറംതോടു കാട്ടി കൈകൊട്ടിച്ചിരിക്കും. ഞൗണിക്കക്കൊച്ചു വലുതാകുന്തോറും അവളുടെ വികൃതികളും കൂടി വന്നു. ഞൗണിക്കയച്ഛനും ഞൗണിക്കയമ്മയും അവളെ പലവട്ടം ഉപദേശിച്ചു. ഫലമൊന്നും ഉണ്ടായില്ലെന്നു മാത്രമല്ല മൂത്ത ഞൗണിക്കകളും ഞൗണിക്കക്കൊച്ചിനൊപ്പം ചേർന്നു വികൃതി തുടങ്ങി.

കാളകളെപ്പൂട്ടിയ കലപ്പകളുപയോഗിച്ചു കണ്ടം ഉഴുതുമറിച്ചാണു വിത്തുകൾ പാകുകയും ഞാറുനടുകയുമൊക്കെ ചെയ്യുക. കാളകൾ കലപ്പയുമേന്തി വരുമ്പോൾ അവർക്കിട്ടും കലപ്പക്കാരനിട്ടും കിട്ടാറുണ്ടായിരുന്നു സുന്ദരൻ കടികൾ! ഒരുദിവസം ഞൗണിക്കയച്ഛനും ഞൗണിക്കയമ്മയും ഭക്ഷണവും കഴിഞ്ഞ് ഉച്ചയുറക്കത്തിലേക്കു വീണു. "അമ്മേ... അച്ഛാ..." ഞൗണിക്കക്കുട്ടികളുടെ ഉറക്കെയുള്ള നിലവിളികേട്ടു ഞെട്ടിയുണർന്ന അവർ നോക്കുമ്പോഴുണ്ട് ആകാശത്തോളം ഉയരമുള്ള ഒരു ഭീമൻ യന്ത്രം തങ്ങളുടെ മക്കളെ കണ്ണുരുട്ടി പേടിപ്പിക്കുന്നു.

ഞൗണിക്കക്കൊച്ചുങ്ങളുടെ ഉപദ്രവം കൊണ്ടു പൊറുതിമുട്ടിയ പണിക്കാർ, പുത്തരിക്കണ്ടത്തിൽ പണിയെടുക്കാൻ ഞങ്ങളില്ലേ എന്നു പറഞ്ഞു പണിയെടുക്കാൻ വരാതായതോടെ തോട്ടക്കാരൻ കണ്ടുപിടിച്ച സൂത്രമായിരുന്നു അത്. തോട്ടക്കാരൻ പലവട്ടം തിരഞ്ഞിട്ടും പിടികൊടുക്കാതിരുന്ന ഞൗണിക്കക്കുട്ടികൾ മഹാഭീകരനായ യന്ത്രത്തിന്റെ മുന്നിൽ ഭയന്നു മുട്ടുവിറച്ചു നിൽക്കുന്നതു കണ്ട അച്ഛനും അമ്മയ്ക്കും സങ്കടം വന്നു.

"അയ്യോ ... ഞങ്ങളുടെ കുഞ്ഞുങ്ങളെ കൊല്ലരുതേ... ഞങ്ങളിപ്പോത്തന്നെ ഇവിടം വിട്ടു പോയ്ക്കൊള്ളാമേ..." അവർ കൈകൂപ്പി കരഞ്ഞപേക്ഷിച്ചു. പിന്നെ പച്ചിലകൾ കൊണ്ടു ഭാണ്ഡം ഉണ്ടാക്കി മക്കളെ അതിനുള്ളിലാക്കി ഞൗണിക്കയച്ഛനും ഞൗണിക്കയമ്മയും പുതിയ താമസസ്ഥലം തേടി യാത്രയായി.

അമിതലാളന അപകടം വരുത്തും. അധികമായാൽ വികൃതിയും ആപത്ത്.

ഠഠ

പത്തൊമ്പത്
അറിവിന്റെ ഉറവിടം

കുക്കുവിന്റെ വീടിന്റെ മച്ചിനു മേലെയുള്ള ഒരു കുഞ്ഞുകൂട്ടിൽ ഒരു പല്ലിക്കുട്ടനും ചെല്ലക്കുട്ടികളും സകുടുംബം താമസിച്ചിരുന്നു. കുക്കുവിനെ അറിയില്ലേ? മഹാകൃസൃതിയാണവൻ. വികൃതിയുണ്ടെന്നു കരുതി അവനൊരു ചീത്തക്കുട്ടിയൊന്നുമല്ല കേട്ടോ. എല്ലാ ജീവജാലങ്ങളെയും ഒരുപോലെ സ്നേഹിക്കുന്ന ഒരു കുറുമ്പൻ കുട്ടിയാണു കുക്കു.

എങ്കിലും കുക്കുവിന് ഒരു ചീത്ത സ്വഭാവം ഉണ്ടായിരുന്നു, എന്താണെന്നോ? മലയാളം എന്ന വിഷയത്തിനോട് ഒരു അപ്രിയമുണ്ട് കുക്കുവിന്. എന്നാലോ, മറ്റെല്ലാ വിഷയങ്ങൾക്കും മുൻപന്തിയിലാണുതാനും. അതുകൊണ്ടു മലയാളം പഠിക്കാനിരിക്കുമ്പോൾ ഉറക്കം കുക്കുവിനു കൂട്ടിരിക്കാനുമെത്തും.

ഒരു ദിവസം കുക്കു പഠിക്കാനിരിക്കുകയായിരുന്നു. പതിവുപോലെ മലയാളം പുസ്തകമെടുത്തു, ഉറക്കവും തുടങ്ങി. 'ചിൽ ചിൽ ചിൽ ചിൽ...' പല്ലിക്കുട്ടനും ചെല്ലക്കുട്ടികളും ഭിത്തിമേലിറങ്ങിയിരുന്നു ചിലച്ചു ചിലച്ചു കുക്കുവിനെ ഉണർത്താൻ ശ്രമിച്ചു. കുക്കുവുണ്ടോ ഉണരുന്നു? ക്ഷമയറ്റ പല്ലിക്കുട്ടനും ചെല്ലക്കുട്ടികളും മച്ചിനുമേലുള്ള കുഞ്ഞിക്കൂടിനു മുകളിൽ തിരികെയെത്തി കുക്കുവിനെ കളിയാക്കാൻ തുടങ്ങി.

ഒടുവിൽ ശല്യം സഹിക്കാനാവാതെ കണ്ണുതുറന്ന കുക്കുവിനെ നോക്കി പല്ലിക്കുട്ടൻ മുഴുവൻ പല്ലും കാട്ടി ചിരിച്ചു. എന്നിട്ടു തന്റെ ചെല്ലക്കുട്ടികളോടെന്ന പോലെ പറഞ്ഞു, “കുക്കുവിന്റെയൊരുറക്കം കണ്ടില്ലേ? സ്വന്തം ഭാഷയോട് ഒരു കൂറുമില്ല. അയ്യയ്യേ... നാണക്കേടു തന്നെ നാണക്കേട്. നിങ്ങളാ പൂവാലൻ പൂങ്കോഴിയെ കണ്ടോ? കുറുമ്പിപ്പൂച്ചയേയും കരിംകാക്കയേയും കണ്ടോ? എല്ലാവർക്കും അവരവരുടെ ഭാഷയോട് എന്തൊരിഷ്ടമാ... നമ്മൾക്കാർക്കും ഒരു പള്ളീമില്ല, പള്ളിക്കൂടോമില്ല. വള്ളീം പുള്ളീം ഒന്നൂല്ല. എന്നിട്ടെന്താ ഇതെല്ലാമുള്ള ഒരു മനുഷ്യക്കുട്ടിമാത്രം ഇങ്ങനെ അലസനാവണെ? അയ്യേ... മോശം മോശം.”

പല്ലിക്കുട്ടനു വീണ്ടും ചിരി പൊട്ടി. കുലുങ്ങിക്കുലുങ്ങിച്ചിരിക്കണ പല്ലിക്കുട്ടനും ചെല്ലക്കുട്ടികളും കാരണം കുക്കുവിന്റെ ഉറക്കം പിണങ്ങിയകന്ന് ഉത്തരത്തിന്റെ പൊത്തിൽ ഒളിച്ചിരുന്നു. തന്റെ ഉറക്കത്തെ തട്ടിയെടുത്ത പല്ലിക്കുട്ടനോടു കുക്കുവിനു വല്ലാത്ത

ദേഷ്യം തോന്നി. അവൻ മേശപ്പുറത്തിരുന്ന ചൂരലെടുത്ത് ഒരൊറ്റ വീശുകൊടുത്തു. ‘ഷ്... ഷ്... ഷ്...’ പുളഞ്ഞുവരുന്ന ചൂരൽ കണ്ട്, “ന്റമ്മേ,” എന്നു നിലവിളിച്ചു പേടിച്ചരണ്ട ചെല്ലക്കുട്ടികൾ ചിതറിയോടുകയും പല്ലിക്കുട്ടൻ പൊത്തോന്നു താഴെ വീഴുകയും ചെയ്തു.

“അയ്യോടാ, പാവം പല്ലിക്കുട്ടൻ!” കുക്കുവിനു വിഷമമായി.

കുക്കുവിന്റെ മുന്നിലതാ പല്ലിക്കുട്ടന്റെ വാൽക്കഷ്ണം കിടന്നു പിടയുന്നു. “അയ്യയ്യോ, ഞാൻ കാരണം നിന്റെ വാൽ മുറിഞ്ഞു പോയല്ലോ...” കുക്കു വെപ്രാളത്തോടെ ഓടിപ്പോയി മരുന്നും പഞ്ഞിക്കഷ്ണവും എടുത്തു കൊണ്ടു വന്നു. മുറിവിനുമേലെ മരുന്നു വയ്ക്കാൻ വന്ന കുക്കുവിനെ കളിയാക്കിക്കൊണ്ടു പല്ലിക്കുട്ടൻ ചടപടാന്നു മച്ചിൻ മേലേക്കു കേറിപ്പോയി. എന്നിട്ട് ഈണത്തിലിങ്ങനെ നീട്ടിപ്പാടി.

‘കുക്കുക്കൊച്ചിനെ പറ്റിച്ചേ,
സൂത്രപ്പണിയിതു പലതുണ്ടേ.
അറിവുകൾ വളരാൻ
കാര്യമതറിയാൻ
വാക്കും വരിയും തിരിയേണ്ടേ?
വായനയേറ്റി വളർന്നീടാൻ
സുന്ദരഭാഷയതറിയേണ്ടേ?
വായിക്കാനായണയും മുൻപേ
ഉറക്കം തൂങ്ങണ കുക്കുക്കുട്ടാ
അർപ്പണബോധം നേടുക നീ,
അജ്ഞതയാകെ വെടിഞ്ഞീടൂ.
അക്ഷരം അമ്മ, അമ്മയാണഖിലം
മലയാളത്തെ വെറുക്കുകയോ,
നീ മലയാളത്തെ മറക്കുകയോ?
ഇടവേളകളിൽ തെല്ലിടനേരം,
റേഡിയോയൊന്നു തുറന്നീടൂ
ഒരിടത്തൊരിടത്തൊരിടത്തുള്ളൊരു
കഥകൾ കേൾക്കാം കട്ടായം.
അലസത മാറ്റൂ തൽക്കാലം,
വിരസത നീങ്ങും പിൽക്കാലം.’

○○

ഇരുപത്
ഒരുമയുണ്ടെങ്കിൽ

ഒരിടത്തൊരിടത്ത് ഒരു മരത്തിലെ രണ്ടു ചില്ലകളിലായി ഒരു പുള്ളിക്കുയിലും കറുമ്പിക്കാക്കയും താമസിച്ചിരുന്നു. അവർ രണ്ടു പേരും മഹാ വഴക്കാളികളായിരുന്നു.

ഒരിക്കൽ കറുമ്പിക്കാക്ക മുട്ടയിടാനായി നല്ല ഭംഗിയുള്ള കൂടുണ്ടാക്കി അതിൽ താമസം തുടങ്ങി. ഒരാഴ്ചയോളം കടന്നുപോയി. കാക്ക, കൂട്ടിൽ മുട്ടയിട്ടു തുടങ്ങി. ഒന്ന്, രണ്ട്, മൂന്ന്... കറുമ്പിക്കാക്ക മൂന്നു മുട്ടയിട്ടു.

എല്ലാ ദിവസവും മുട്ടകൾ എണ്ണിനോക്കിയ കറുമ്പിക്കാക്ക ഒരു നാൾ കൂട്ടിൽ നാലു മുട്ടകൾ കണ്ടു ഞെട്ടി. എന്ത്? നാലു മുട്ടകളോ? ഇതെന്തൊരു മറിമായം?

എന്നാലും കറുമ്പിക്കാക്കയ്ക്കു സന്തോഷമായി. രണ്ടു ദിവസം കൂടി കഴിഞ്ഞു. മുട്ടകൾ എണ്ണി. അഞ്ചെണ്ണം. ഇപ്പോൾ കറുമ്പിക്കാക്കയ്ക്ക് ഒരു കാര്യം മനസ്സിലായി. തന്നെ ആരോ പറ്റിക്കുന്നുണ്ട്. കറുമ്പി പതിവു പോലെ തീറ്റ തേടിപ്പോയി. തീറ്റ തിരഞ്ഞു നടന്ന കറുമ്പിക്കാക്കയ്ക്കു കൂട്ടിലെ മുട്ടകളെക്കുറിച്ചോർത്തപ്പോൾ പെട്ടെന്നു തന്നെ തിരികെ വരേണ്ടി വന്നു.

കൂടിനടുത്തെത്തിയ കറുമ്പിക്കാക്ക കൂട്ടിനകത്തു മുട്ടയിടാനിരിക്കുന്ന പുള്ളിക്കുയിലിനെ കണ്ടുപിടിച്ചു. "എടീ കള്ളിക്കുയിലേ, നീ എന്റെ കൂട്ടിനകത്തു മുട്ടയിട്ടല്ലേ" എന്നു ചോദിച്ചു പുള്ളിക്കുയിലിനെ കൊത്തിപ്പറിച്ചു.

കുയിൽ നീട്ടിക്കരഞ്ഞുകൊണ്ടു മറ്റൊരു ചില്ലയിലേക്കു പറന്നുപോയി. കറുമ്പി കാക്കക്കൂട്ടിലേക്കു നോക്കി. ആറുമുട്ടകളുണ്ട്. ഇതിൽ കള്ളിക്കുയുലിന്റെ മുട്ട കൊത്തിപ്പൊട്ടിക്കണം. കാക്കയ്ക്ക് എത്ര ശ്രമിച്ചിട്ടും തന്റെ മുട്ടകൾ ഏതാണെന്നു മനസ്സിലായില്ല. എന്തായാലും കുറച്ചു ദിവസം കൂടി ക്ഷമിക്കുക തന്നെ, കറുമ്പിക്കാക്ക തീരുമാനിച്ചു.

അങ്ങനെയിരിക്കെ കറുമ്പിക്കാക്ക ഒരു കാഴ്ച കണ്ടു. ഒരു പാമ്പ് മരത്തിലേക്ക് ഇഴഞ്ഞു കയറുന്നു. പാമ്പു വന്നു മുട്ടകൾ തിന്നും. എന്തുചെയ്യും? കറുമ്പിക്കാക്ക വിഷമിച്ചു. എന്തായാലും കുയിലിനെക്കൂടി വിളിക്കുക തന്നെ.

കറുമ്പിക്കാക്ക പുള്ളിക്കുയിലിനെ വിളിച്ചു. "പുള്ളിക്കുയിലേ, ഈ പാമ്പ് നമ്മുടെ രണ്ടുപേരുടെയും മുട്ടകൾ തിന്നുകളയും.

നമ്മുടെ രണ്ടാളുടെയും കാവലിില്ലെങ്കിൽ നമുക്കു കുഞ്ഞുങ്ങളുണ്ടാകില്ല."

ഇതു കേൾക്കേണ്ട താമസം പുള്ളിക്കുയിൽ പറന്നുവന്നു. കറുമ്പിക്കാക്ക തീറ്റതേടുമ്പോൾ പുള്ളിക്കുയിൽ കാവലിരിക്കും. കുയിൽ തീറ്റ തേടുമ്പോൾ കറുമ്പി കാവലിരിക്കും. അങ്ങിനെ മുട്ടകൾ വിരിയാറായി. പാമ്പിനെ അവിടെ നിന്നുപായിക്കാൻ ഒരു മാർഗ്ഗവും കാണാതലഞ്ഞ കാക്ക ഒരു കൃഷിക്കാരൻ തന്റെ തോട്ടത്തിലെ പഴങ്ങൾ പറിക്കാനാവാതെ വിഷമിച്ചു നിൽക്കുന്നതു കണ്ടു. വിവരം തിരക്കിയ കറുമ്പിക്കാക്കയോടു കർഷകൻ തന്റെ സങ്കടം പറഞ്ഞു. ഈ പഴങ്ങളെല്ലാം ഇറുത്തുതരികയാണെങ്കിൽ പ്രത്യുപകാരം ചെയ്യാമെന്നും അയാൾ പറഞ്ഞു.

"അതിനെന്താ, ഞാനും കൂട്ടുകാരിയും കൂടി പഴങ്ങളെല്ലാം ഇറുത്തു തരാമല്ലോ."

കറുമ്പിക്കാക്ക തന്നെക്കൊണ്ടാവുന്നത്ര പഴങ്ങൾ ഇറുത്തുകൊടുത്തു. ക്ഷീണിതയായ കറുമ്പി കൂട്ടിലെത്തി. വിവരമറിഞ്ഞ പുള്ളിക്കുയിൽ പറന്നു വന്നു ബാക്കി പഴങ്ങൾ കൂടി ഇറുത്തിട്ടു. സന്തോഷവാനായ കർഷകൻ താനെന്താണു ചെയ്യേണ്ടതെന്നു ചോദിച്ചു. തങ്ങളുടെ വിഷമതകൾ പറഞ്ഞു കാക്കയും കുയിലും കരഞ്ഞു. കറുമ്പിയെയും കുയിലിനെയും സമാധാനിപ്പിച്ച കൃഷിക്കാരൻ മരത്തിനു ചുവട്ടിൽ ഒളിച്ചിരുന്ന പാമ്പിനെ മുട്ടൻവടിയെടുത്ത് അടിച്ചോടിച്ചു.

അങ്ങിനെ കറുമ്പിക്കാക്കയുടെയും പുള്ളിക്കുയിലിന്റെയും മുട്ടകൾ വിരിഞ്ഞു. കുഞ്ഞുങ്ങൾ കാ... കാ... എന്നും കൂ... കൂ... എന്നു കരഞ്ഞു. കുഞ്ഞുങ്ങൾക്കു ഭക്ഷണം കൊടുക്കാൻ രണ്ടുപേരും മത്സരിച്ചു. കാക്കയും കുയിലും കുഞ്ഞുങ്ങളും ആടിയും പാടിയും നൃത്തം വച്ചും സന്തോഷത്തോടെ സുഖമായി ജീവിച്ചു.

വിദ്വേഷം കൊണ്ട് ഒന്നും നേടാനാവില്ലെന്നും നഷ്ടങ്ങളേ ഉണ്ടാവുകയുള്ളൂവെന്നും അതോടെ അവർക്കു മനസ്സിലായി.

ഇരുപത്തൊന്ന്
അർമാൻസയും അഫ്സത്തുള്ളയുടെ കൈപ്പുസ്തകവും

നബിവചനങ്ങളടങ്ങിയ കൈപ്പുസ്തകങ്ങളുമായി അഫ്സത്തുള്ളാ ഖാൻ ഒരിക്കൽ ഊരുചുറ്റാനിറങ്ങി. അദ്ദേഹം ഓരോ വീടിനുമുന്നിലുമെത്തി വാതിലിൽ മുട്ടിവിളിച്ചു. തന്റെ മാറാപ്പിൽ നിന്ന് ഒരു പുസ്തകം ഉയർത്തിക്കാണിച്ചിട്ടു പറഞ്ഞു, "ഈ കൈപ്പുസ്തകം നിറയെ നബിവചനങ്ങളാണ്. ഇതാ ഈ പുസ്തകം വച്ചോളൂ, പകരം എന്തെങ്കിലും സദക്ക തന്നാൽ മതി." വാതിൽ തുറന്നു പുറത്തു വന്നവരോടും, തുറന്നുകിടന്ന വാതിലിനു പിന്നിൽ മറഞ്ഞു നിന്ന സ്ത്രീകളോടുമൊക്കെ അഫ്സത്തുള്ള വിളിച്ചു പറഞ്ഞു, "ഒരു പുസ്തകമെടുക്കൂ, സദക്ക ചെയ്യൂ... അറിവും പകരാം, പുണ്യവും നേടാം."

ഓരോ വീടും കയറിയിറങ്ങുന്നതിനിടയിൽ അഫ്സത്തുള്ള, അർമാൻസയുടെ വീട്ടിലുമെത്തി. അർമാൻസ ദൈവഭക്തനാണ്. സത്യവും നീതിയും ധർമ്മവുമാണ് അർമാൻസയുടെ കൈമുതൽ. കഠിനാധ്വാനം കൊണ്ടു നേടിയെടുത്ത കുറച്ചു സമ്പത്ത് അർമാൻസയ്ക്കുണ്ടായുരുന്നു. തന്റെ കൃഷിസ്ഥലത്തേക്കു പോകാനുള്ള തയ്യാറെടുപ്പിലായിരുന്നു അർമാൻസ. വാതിലിൽ തുടരെയുള്ള മുട്ടുകേട്ട് അദ്ദേഹം പുറത്തേക്ക് വന്നു. അഫ്സത്തുള്ള പറഞ്ഞു, "ഇതാ നബിവചനങ്ങൾ അടങ്ങിയ ചെറിയ പുസ്തകങ്ങൾ. ഇതിൽ നിന്നും ഒന്നെടുത്ത് എന്തെങ്കിലും സദക്ക ചെയ്താലും. അറിവും പുണ്യവും ഒരുപോലെ നേടാം."

അർമാൻസ, അഫ്സത്തുള്ളയെ പൂമുഖത്തേക്കു ക്ഷണിച്ചു. അവിടെ കുറച്ചുനേരം ഇരുന്നു വിശ്രമിച്ചിട്ടു പോകാം എന്നു പറഞ്ഞ് അദ്ദേഹത്തിന് ഒരു ഇരിപ്പിടവും ഇട്ടുകൊടുത്തു. കൃഷിയിടത്തിലേക്കു പോകാനുള്ള സമയമായിട്ടും അഫ്സത്തുള്ളയോട് അല്പനേരം സംസാരിച്ചിട്ടാകാം യാത്ര എന്നു അർമാൻസ തീരുമാനിച്ചു.

"സുഹൃത്തേ, താങ്കൾക്കെത്ര പ്രായം വരും?"

അർമാൻസ ചോദിച്ചു.

"അതെന്തു ചോദ്യമാണ്? എന്നെക്കണ്ടാലറിയില്ലേ ഞാൻ താങ്കളെക്കാൾ ചെറുപ്പമാണെന്ന്? എന്തായാലും താങ്കളെക്കാൾ കുറവുതന്നെ ആയിരിക്കും."

"ശരിയാണ്. ആട്ടെ, അങ്ങേക്ക് അസുഖം വല്ലതും?" അർമാൻ

സ ചോദിച്ചു.

"പരമകാരുണികന്റെ അനുഗ്രഹം കൊണ്ട് ഇതുവരെയില്ല."

അഫ്സത്തുള്ള പറഞ്ഞു.

"ഇതുവരെ ഇല്ലെന്നു പറഞ്ഞാൽ ഇനി വന്നുകൂടെന്നില്ല എന്നും അർത്ഥമുണ്ട് അല്ലേ?" അർമാൻസ ചോദിച്ചു.

"അല്ല, അതു പിന്നെ..."

അഫ്സത്തുള്ളയെ മുഴുമിപ്പിക്കാൻ അർമാൻസ അനുവദിച്ചില്ല

"സുഹൃത്തേ, താങ്കൾ എന്നോടൊത്തു കൃഷിയിടത്തിലേക്കു വരൂ. നന്നായി അധ്വാനിക്കൂ. ഒരുപാടു നേട്ടങ്ങളുണ്ടാകും. മണ്ണിന്റെ ഗന്ധവും നന്മയും തിരിച്ചറിയാനാവും. സമയം കിട്ടുമ്പോൾ നിർധനരായ കുട്ടികളെ വിളിച്ചുകൂട്ടി അവർക്കു കൂടി അറിവു പകരൂ. അധ്വാനിച്ചു ജീവിക്കുതിനേക്കാൾ മഹത്തരമാണോ മറ്റുള്ളവരുടെ കാരുണ്യം തേടുന്നത്? അർഹതപ്പെട്ടവർക്കു താങ്കൾ തന്നെ സദക്ക എത്തിച്ചു കൊടുക്കൂ, നന്മകളാൽ താങ്കൾ ഉന്നതിയിലെത്തും."

ഈ വാക്കുകൾ കേട്ടു ലജ്ജിതനായ അഫ്സത്തുള്ളാ ഖാൻ ദൃഢനിശ്ചയത്തോടെ മുറ്റത്തിരുന്ന പണിയായുധങ്ങളുമെടുത്ത് അർമാൻസയുടെ കൂടെ കൃഷിയിടം ലക്ഷ്യമാക്കി നടന്നു. താൻ ചെയ്യുന്നതാണു ശരിയെന്നു വിശ്വസിക്കുന്ന ഒരുപാട് അഫ്സത്തുള്ളമാർ നമുക്കിടയിലുണ്ട്. നമ്മളിലുള്ള ഗുണം നാം തന്നെ തിരിച്ചറിയുക. അങ്ങനെയല്ലേ വേണ്ടതു കൂട്ടുകാരേ?

(സദക്ക/ദാനം)

ഇരുപത്തിരണ്ട്
കുട്ടിക്കുറുക്കനും ചക്കരക്കോഴിയും

ചക്കരക്കോഴി ഒരു ദിവസം പുസ്തകക്കെട്ടും ചേർത്തുപിടിച്ചു പള്ളിക്കൂടത്തിലേക്കു പോകുകയായിരുന്നു. നേരം വൈകി. കൂട്ടുകാരെല്ലാം പോയി കഴിഞ്ഞിരിക്കുന്നു. നല്ല മഴക്കാറുണ്ട്. മഴ പെയ്യുതിനു മുൻപു പള്ളിക്കൂടത്തിലെത്തണം. നനഞ്ഞ തൂവലുമായി ചെന്നാൽ ഹെഡ്മാസ്റ്റർ ക്ലാസിലേക്ക് അടുപ്പിക്കില്ല. ചക്കര നടത്തത്തിനു വേഗത കൂട്ടി.

പെട്ടെന്നതാ, വഴിയരികിലെ പൊന്തക്കാട്ടിൽ നിന്ന് ഓരിയിട്ടു

കൊണ്ട് കുട്ടിക്കുറുക്കൻ ചക്കരയെ വിളിക്കുന്നു.

"ചക്കരേ, ചക്കരേ.... ഒന്നിതുവഴി വരുമോ..?"

"ഇല്ലില്ല, ഞാനില്ല. വഴിയരികിൽ കാണുന്ന കുട്ടിക്കുറുക്കൻമാരോടൊന്നും മിണ്ടിപ്പോകരുതെന്ന് അമ്മ പറഞ്ഞിട്ടുണ്ട്."

"അയ്യയ്യോ, അങ്ങനെ പറയല്ലേ. ഞാനൊരു പാവം കുട്ടിക്കുറുക്കനാ... ചക്കരയോടു കൂട്ടുകുടാൻ എനിക്ക് എന്തിഷ്ടമാണെന്നോ? ഞാനും സ്കൂളിലേക്കു കൂട്ടുവരാം. ഇതാ, എന്റെ കയ്യിലൊരു ചക്കരമിഠായിയുണ്ട്. ചക്കരയേക്കാൾ മധുരമുണ്ടിതിന്. ചക്കരയ്ക്കു തരാനായി കരുതി വച്ചതാ. ഇവിടേക്കു വരില്ലേ നീ?"

കുട്ടിക്കുറുക്കൻ സ്നേഹത്തോടെ പറഞ്ഞു.

മിഠായി എന്നു കേട്ടതും ചക്കരയ്ക്കു വായിൽ വെള്ളമൂറി. എങ്കിലും ചക്കരയതു പുറത്തു കാട്ടിയില്ല. അവൾ അതു ഗൗനിക്കാതെ മുന്നോട്ടു നടന്നു.

"അയ്യോ ചക്കരേ നോക്കൂ, മാനത്തു മഴക്കാറു കണ്ടില്ലേ? മഴ വന്നാൽ എന്റെ പുസ്തകങ്ങൾ നനഞ്ഞുപോകും. ചക്കര എന്റെയരികിലേക്കു വരില്ലേ. നിന്റെ ചിറകിനടിയിൽ എന്റെ പുസ്തകങ്ങൾ കൂടി ഒളിപ്പിക്കില്ലേ?"

"ഏയ്, പറ്റില്ല പറ്റില്ല. കണ്ണിൽക്കണ്ട കുട്ടിക്കുറുക്കന്മാരോടൊന്നും കൂട്ടുകൂടരുതെന്ന് അമ്മ പ്രത്യേകം പറഞ്ഞിട്ടുള്ളതാ. ദേ മഴ വരുന്നൂ, ഞാൻ പോണു." ചക്കര വീണ്ടും നടപ്പു തുടർന്നു.

"അയ്യോ... പോകല്ലേ, പോകല്ലേ ചക്കരേ... ഇതാ ഇതു കണ്ടോ? എന്റെ കയ്യിലിരിക്കുന്ന ചക്കരമിഠായി മഴയിൽ അലിഞ്ഞുപോകും. എന്റെ പുസ്തകങ്ങളും കുതിരും. എനിക്കു ചിറകില്ലാത്തതുകൊണ്ടല്ലേ നിന്നോടിങ്ങനെ കെഞ്ചുന്നത്?"

കുട്ടിക്കുറുക്കൻ താണുകേണു പറഞ്ഞു.

"കുട്ടിക്കുറുക്കാ, നീ ആ ചേമ്പിലയിറുത്തു തലയിൽ ചൂടിക്കോ. നിന്റെ മിഠായി എനിക്കു വേണ്ട. നീ കഴിച്ചോ. ഞാൻ പോകുവാ. കൊക്കരക്കൊക്കരക്കോ..." ചക്കരക്കോഴി വിളിച്ചു കൂവി.

"ശ്ശോ, കുറച്ചു നേരത്തേ ഇറങ്ങേണ്ടതായിരുന്നു. ചന്നം പിന്നം മഴ വീണു തുടങ്ങി. കൂട്ടുകാരൊക്കെ പള്ളിക്കൂടത്തിൽ എത്തിക്കാണും." ചക്കരക്കോഴി വൈകി ഇറങ്ങിയതിൽ പരിതപിച്ചു.

"ഞാൻ പറയുന്നതു ഒന്നു കേട്ടിട്ടു പോ ചക്കരേ." കുട്ടിക്കുറുക്കൻ ഒച്ചയിട്ടു. "നിനക്കു പറഞ്ഞു തരാൻ നിന്റെ അമ്മയുണ്ട്. എനിക്ക് അമ്മയില്ലാത്തോണ്ടല്ലേ എനിക്കാരുമൊന്നും പറഞ്ഞു തരാത്തത്. കഴിഞ്ഞ പെരുമഴക്കാലത്തു ചേമ്പില ചൂടിപ്പോയ

എന്റെ അമ്മ അസുഖം പിടിച്ചാ മരിച്ചത്. ചേമ്പില ചൂടാൻ എനിക്കു പേടിയാ. അതോണ്ടാ ഞാൻ ചേമ്പില ഇറുക്കാത്തെ. ഞാനീ പൊന്തക്കാട്ടിൽ നിന്നു പുറത്തു കടന്നാൽ എന്റെ പുസ്തകങ്ങൾ നനയും. സാരമില്ല. ഞാൻ ചേമ്പില ഇറുത്തുകൊള്ളാം. എന്തായാലും ഞാൻ പള്ളിക്കൂടത്തിൽ പോകാതിരിക്കില്ല. എനിക്കു നിന്നോടു വഴക്കില്ല കേട്ടോ. നീ പൊയ്ക്കോളൂ ചക്കരേ."

ഇത്രയും കേട്ടപ്പോൾ ചക്കരയുടെ മനസ്സലിഞ്ഞു. അവൾ തിരിഞ്ഞു നിന്നു. ചിറകനടിയിലേക്കു തന്റെ പുസ്തകങ്ങൾ ഒന്നു കൂടി ഒതുക്കിവെച്ചിട്ട് അവൾ പൊന്തക്കാട്ടിനരികിലേക്കു ചെന്നു. ചക്കരക്കോഴി അടുത്തെത്തിയതും പൊന്തക്കാട്ടിൽ മറഞ്ഞിരുന്ന കുറുക്കച്ചൻ ചക്കരക്കോഴിയുടെ മേൽ ചാടിവീണു. ചക്കരക്കോഴിയുടെ പുസ്തകങ്ങൾ പിടിവിട്ടു താഴെ വീണു. പാവം ചക്കര, കുറുക്കച്ചന്റെ കയ്യിലിരുന്നു തത്തിപ്പിടച്ചു. ചക്കരയ്ക്ക് അറിയില്ലായിരുന്നു അത്രയും നേരം കുട്ടിക്കുറുക്കനെപ്പോലെ ശബ്ദം മാറ്റി സംസാരിച്ചതു സൂത്രശാലിയായ കുറുക്കച്ചനായിരുന്നുവെന്ന്!

സ്നേഹം നടിച്ചും സഹതാപം പിടിച്ചുപറ്റിയും പലരും കൂട്ടുകാരെ സമീപിച്ചേക്കാം. ആലോചിച്ചും സൂക്ഷിച്ചും തീരുമാനം എടുക്കുന്നതിലാണു നമ്മുടെ മിടുക്ക്.

○○

ഇരുപത്തിമൂന്ന്
ചങ്കരന്റെ പത്രാസ്

നാട്ടുവഴിയിൽ തീറ്റ തേടിയിറങ്ങിയതാണു ചങ്കരനാട്.

ഹായ്, ആ തെങ്ങിൻകുറ്റിയിന്മേൽ ഒരു കൂളിംഗ് ഗ്ലാസിരിക്കുന്നു! ചങ്കരന്റെ കണ്ണുകൾ കത്തിച്ചുവച്ച പന്തം പോലെ തെളിഞ്ഞു വന്നു. ങാഹാ...ഇതാ കാട്ടുങ്കേലെ ലാലുമോന്റെ മുഖത്തിരിക്കുന്ന സാധനമാണല്ലോ. ഇതെങ്ങിനെ ഇവിടെ വന്നു? ചങ്കരന് അതിശയമായി. എന്തെങ്കിലുമാകട്ടെ ഇതിനി എന്റെ മുഖത്തിരിക്കട്ടെ. ചങ്കരൻ അതെടുത്ത് അവന്റെ മുഖത്ത് ഫിറ്റ് ചെയ്തു. എന്തായാലും നല്ല അഴകുണ്ട് ഈ സാധനത്തിന്. വെറുതെയല്ല ഇതു മുഖത്തു വെക്കുമ്പോ ലാലുമോന്റെയൊരു പത്രാസ്! ചങ്കരൻ തിരികെ വീട്ടിലെത്തി. വീട്ടുകാരി കമലമ്മ, ചങ്കരനു കുടിക്കാൻ ചരുവത്തിൽ വെള്ളം നിറച്ചുവെച്ചിരുന്നു. ചങ്കരൻ വെള്ളം കുടിക്കാൻ കുനിഞ്ഞ

തും വെള്ളത്തിൽ അതാ ചങ്കരന്റെ പ്രതിരൂപം. ഹയ്യട! എന്തു ചന്താ തന്നെക്കാണാൻ. ഇന്നിതു നാലുപേരെ കാണിച്ചിട്ടു ബാക്കി ക്കാര്യം. വെള്ളമൊക്കെ എനിക്കു പുല്ലാ...പുല്ല്!

ശ്ശൊ, പുല്ലു തിന്നില്ലല്ലോ. അപ്പോഴാണു പുല്ലു തിന്നാതിരുന്ന കാര്യം ചങ്കരൻ ഓർമ്മിച്ചത്. പുല്ലും തിന്നാം, വെള്ളോം കുടിക്കാം, നാലാളെ കാണിക്കേം ചെയ്യാം, ഒരു വെടിക്കു നാലു പക്ഷി. കൊള്ളാം. ഇരുവശത്തേക്കും ഗർവ്വോടെ നോക്കി ചങ്കരൻ ഒരു നടപ്പു നടന്നു.

“അയാമേ ഡിസ്ക്കോ ഡാൻസർ... അയാമേ ഡിസ്ക്കോ ഡാൻസർ... ഊ....ഹു.....ഹു...ഹുഹൂ... അയാമേ ഡിസ്ക്കോ ഡാൻസർ...” ചങ്കരൻ പാട്ടുപാടി ചുവടുകൾ വച്ചു. ഇതാരപ്പാ?! ചതുപ്പിൽ പതുങ്ങിനിന്ന ചെമപ്പൻ താമര തല ഉയർത്തി നോക്കി. ഇതെന്തൊരു കോലം? കൊമ്പിപ്പശുവും ചങ്കരനെ കണ്ട് അന്തിച്ചു നിൽക്കുകയാണ്. ചങ്കരനാടിന്റെ ഗർവ്വ് ഒന്നുകൂടി വർദ്ധിച്ചു.

“തീപ്പെട്ടിയുണ്ടോ സഖാവേ ഒരു ബീഡിയെടുക്കാൻ?” തലചരിച്ച് കൊമ്പിപ്പശുവിനെ നോക്കി ചങ്കരനാടു ചോദിച്ചു. കൂട്ടത്തിൽ ഒരു ചിരിയും പാസാക്കി. “നീ പോ മോനെ ദിനേശാ... ഞങ്ങളിതെത്ര കണ്ടിരിക്കുന്നു.” ഇതുകണ്ടു വരയനണ്ണാൻ തിരിച്ചടിച്ചു. “പോട്ടെ കൊമ്പീ, അവനു കിട്ടേണ്ടതു കിട്ടുമ്പോൾ പഠിച്ചോളും.” ചങ്കരന്റെ കളിയാക്കലിൽ വിഷമിച്ചു നിന്ന കൊമ്പിപ്പശുവിനെ അതുവഴി പറന്നുവന്ന തൊപ്പിക്കാരൻ മരംകൊത്തി സമാധാനിപ്പിക്കുകയും ചെയ്തു.

ഇതൊന്നും തന്നോടല്ലെന്ന മട്ടിൽ ചങ്കരൻ നടക്കുകയാണ്. കുറേ ദൂരം മുന്നോട്ടു പോയ ചങ്കരൻ വിജനമായ ഒരിടത്തെത്തി. ഗമ കാണിക്കാൻ ആരുമില്ലാതായപ്പോൾ അവനു വിശക്കാൻ തുടങ്ങി. നല്ലൊരു വേനൽമഴ കിട്ടിയതാണ്. എന്നിട്ടും എവിടേയും പച്ചപ്പുല്ലുകൾ മുളച്ചില്ലെന്നോ? കരിഞ്ഞ പുല്ലാണു ചുറ്റിലും. കണ്ടിട്ടു തലതാഴ്ത്താൻ പോലും തോന്നുന്നില്ല. നേരം സന്ധ്യയാകുന്നു. എന്റമ്മേ, എങ്ങനെ തിരിച്ചുപോകും? വിശന്നിട്ട് വയറു കാളുന്നു. ഇനി ഒരടി നടക്കാൻ തന്നെക്കൊണ്ടു വയ്യ. ചങ്കരൻ ഒരു തടാകക്കരയിലെത്തിയിരുന്നു. വെള്ളമാണെങ്കിൽ ആകെ കറുത്തു കലങ്ങിയിരിക്കുന്നു. കലക്കവെള്ളമാണെങ്കിലും കുടിക്കാതെ വയ്യ. ചങ്കരനാടു തടാകത്തിലേക്കു തല കുമ്പിട്ടു. ചങ്കരന്റെ മുഖത്തു പിടിപ്പിച്ചിരുന്ന കണ്ണട തടാകത്തിലേക്ക് ഊർന്നുവീണു. തടാകത്തിലെ തെളിനീരിൽ അതാ ചങ്കരന്റെ ചന്തമുള്ള മുഖം ഇളകിക

ളിക്കുന്നു! ചങ്കരൻ വീണ്ടും വീണ്ടും തടാകത്തിലേക്കു നോക്കി. കുറച്ചു മുൻപേ ചെളിവെള്ളമെന്നു കരുതിയത് ഈ തെളിനീരിനെയാണല്ലോ! അവൻ വിസ്മയത്തോടെ ചുറ്റുപാടും നോക്കി. അവിടമാകെ പച്ചപ്പുല്ലുകൾ നിറഞ്ഞു നിൽക്കുന്നു!

ഗർവ്വ് കാണിക്കാനല്ലാതെ ഈ സാധനത്തിനെക്കൊണ്ട് ഒരു പ്രയോജനവും ഇല്ലായിരുന്നല്ലോ! ഹും... ഈ ചങ്കരനെ പറ്റിക്കാൻ ആരോ തെങ്ങിൻകുറ്റിയിന്മേൽ കൊണ്ടുവെച്ചതാകും ഇത്, അവനെ കൈയിൽ കിട്ടിയിരുന്നെങ്കിൽ? ചങ്കരന് ആരോടൊക്കെയോ ദേഷ്യം തോന്നി. വയർ നിറയെ പച്ചപ്പുല്ലു തിന്നു തെളിനീരും കുടിച്ച്, സ്വന്തം കാഴ്ചയെ മറച്ചു വെള്ളത്തിലേക്കു താണുപോയ കൂളിംഗ് ഗ്ലാസിനെ തീരെ അവഗണിച്ചു ചങ്കരൻ തിരികെ നടന്നു.

കൂട്ടുകാരേ, നിങ്ങൾ ഒരിക്കലും സ്വന്തം കുറ്റം മറ്റുള്ളവരിൽ ആരോപിച്ചു ചങ്കരനെപ്പോലെ സ്വന്തം പ്രവർത്തിയെ ന്യായീകരിക്കരുത്.

○○

ഇരുപത്തിനാല്
തട്ടമിട്ട കുട്ടി, ആമിനക്കുട്ടി

ഒരിടത്തൊരിടത്തു തട്ടമിട്ട ഒരു കുട്ടി ഉണ്ടായിരുന്നു. ആമിന എന്നായിരുന്നു അവളുടെ പേര്. ഉമ്മയുടെയും ഉപ്പയുടെയും പുന്നാരക്കുട്ടിയാണ് ആമിന. ആമിനക്കുട്ടിയെ പുറത്തേക്കൊന്നും ഇറങ്ങാൻ ഉപ്പയും ഉമ്മയും അനുവദിക്കാറില്ല. ആമിനക്കുട്ടിയെ ആരെങ്കിലും തട്ടിക്കൊണ്ടു പോയാലോ? എന്നാൽ ഈ തടഞ്ഞുവയ്ക്കലൊന്നും ആമിനയ്ക്കു തീരെ പിടിക്കാറില്ല.

ഒരു ദിവസം ആമിനക്കുട്ടി ജനലഴിക്കൾക്കിടയിലൂടെ ഒരു കാഴ്ച്ച കണ്ടു. ആകാശത്തു വട്ടമിട്ടു പറക്കുകയാണ് ഒരു പരുന്ത്. അവൾ പരുന്തിനെ കൈകാട്ടി വിളിച്ചു. പരുന്ത് അതു കണ്ടു. ജനലഴികൾക്കപ്പുറത്തു നിന്നു കൈകാട്ടി വിളിക്കുന്ന കുഞ്ഞാമിനയെ പലപ്പോഴും പരുന്തു കണ്ടിട്ടുണ്ട്. അവൾ കൈകാട്ടി വിളിക്കുന്നതു തന്നെയാണെന്നു തിരിച്ചറിഞ്ഞത് ഇപ്പോഴാണെന്ന് മാത്രം.

പരുന്തു മെല്ലെ താഴ്ന്നു പറന്നു ആമിനയുടെ വീടിന്റെ മതിൽക്കെട്ടിൽ വന്നിരുന്നു. “ഹെന്റള്ളോ! നിനക്കിത്രേം വലിപ്പം ഉണ്ടായിരുന്നോ?” ഭീമകാരനായ പരുന്തിനെ കണ്ടു കുഞ്ഞാമിന അത്ഭു

തം കൂറി.

"കുഞ്ഞാമിനാ... " അകത്തു നിന്ന് ഉമ്മ വിളിക്കുകയാണ്.

"ശ്...ശ്...മിണ്ടല്ലേ. ഞാനിപ്പൊ വരാം."

കുഞ്ഞാമിന അകത്തേക്കോടി.

"എന്താ ഉമ്മാ?"

"ഒന്നുമില്ല. നിന്നെ കാണാണ്ടു വിളിച്ചതാ."

കുഞ്ഞാമിന വീണ്ടും ജനലരികിലെത്തി. പരുന്തിനു കുഞ്ഞാമിനയെ ഒത്തിരി ഇഷ്ടമായി.

"ആട്ടെ, എന്തിനാ നീയെന്നെ വിളിച്ചെ?" പരുന്തു ചോദിച്ചു.

"എനിക്കു നിന്നെപ്പോലെ പറക്കണം. നിന്റെ കൂട്ടിൽ ഇരിക്കണം. നിന്റെ ചില്ലയിൽ ഊഞ്ഞാലാടണം."

കുഞ്ഞാമിന ഒറ്റവീർപ്പിൽ പറഞ്ഞു.

"അയ്യയ്യോ! പറ്റില്ല. നീയൊരു മനുഷ്യക്കുട്ടിയാ. നിനക്കു ചിറകില്ലല്ലോ. ചിറകുകളുണ്ടെങ്കിലല്ലേ പറക്കാൻ പറ്റൂ. നിന്നെപ്പോലൊരു കുട്ടിക്കു വന്നെത്താൻ കഴിയുന്ന ഒരു സ്ഥലമല്ല അത്."

"ഉംഹും. ഞാൻ സമ്മതിക്കൂല. എന്നെ കൊണ്ടുപോകില്ലെങ്കിൽ ഞാനിനി മിണ്ടില്ല. നിന്നെ നോക്കുക പോലുമില്ല. നോക്കൂ, ചിറകില്ലാത്ത എന്നെ നിനക്കു നിന്റെ പുറത്തേറ്റിക്കൂടെ? ഇല്ലെങ്കിൽ നീ ഇനിയെന്നെ കാണുക പോലുമില്ല." കുഞ്ഞാമിന കട്ടായം പറഞ്ഞു.

ആദ്യമായിട്ടു മിണ്ടുകയാണെങ്കിലും പരുന്തിനു കുഞ്ഞാമിനയോട് അതിയായ സ്നേഹം തോന്നി. അവളുടെ ശാഠ്യത്തിനു മുൻപിൽ പരുന്തു തോറ്റുകൊടുത്തു.

വീടിനു പുറത്തെത്തിയ കുഞ്ഞാമിനയേയും കൊണ്ടു പരുന്ത് ആകാശത്തിലൂടെ പറന്ന് അകലെയകലെയുള്ള തന്റെ കൂടിനരികിലെത്തി. കൂടിനകത്തു പരുന്തിന്റെ കുഞ്ഞുങ്ങൾ തല ഉയർത്തി, ചുമന്നു തുടുത്ത കൊക്കു പിളർത്തി ഒച്ചവെച്ചു. കുഞ്ഞാമിന, ആ കുഞ്ഞുങ്ങളെ താലോലിച്ചു കൊണ്ടു മരച്ചില്ലയിൽ ഇരുകാലുകളും തൂക്കിയിട്ട് ഇരുന്നു.

ഇതെല്ലാം ദൂരെ നിന്ന് ഒരു കഴുകൻ കാണുന്നുണ്ടായിരുന്നു. ആ തട്ടമിട്ട കുട്ടിയെ എങ്ങനെയെങ്കിലും തട്ടിയെടുക്കണം. കഴുകൻ തീരുമാനിച്ചു. ഇതിനായി കഴുകൻ പല തന്ത്രങ്ങളും ആലോചിച്ചു. അവളൊരു മനുഷ്യക്കുട്ടിയാണല്ലോ! തന്റെ തന്ത്രങ്ങളൊന്നും അവൾക്കു മുന്നിൽ വിലപ്പോവില്ല. ഒടുവിൽ, തട്ടമിട്ട കുട്ടിയെ വേട്ടയാടിപ്പിടിക്കാൻ തന്നെ കഴുകൻ തീരുമാനിച്ചു.

പരുന്തിൻ കുഞ്ഞുങ്ങളെ കൊഞ്ചിച്ചിരുന്ന കുഞ്ഞാമിനയെ

മിന്നൽ പോലെ പാഞ്ഞുവന്ന കഴുകൻ, തന്റെ കൂർത്തു മൂർച്ചയുള്ള നഖങ്ങളിൽ കോർത്തെടുത്തു പറന്നുയർന്നു. എന്നാൽ കുഞ്ഞാമിനയുടെ തട്ടം മാത്രമേ കഴുകന്റെ വിരലുകളിൽ ഉടക്കിയുള്ളൂ. പക്ഷേ, പേടിച്ചരണ്ട കുഞ്ഞാമിന മരത്തിലെ പിടിവിട്ടു താഴേക്കു പതിച്ചു. തന്റെ കണ്ണു തെറ്റിയ മാത്രയിൽ താഴെ വീണ കുഞ്ഞാമിനയുടെ മുടിയിഴകളിൽ ശരം പോലെ പാഞ്ഞു വന്ന പരുന്തു പിടുത്തമിട്ടു. എന്നിട്ട് അവൾക്ക് പരുക്കുകളൊന്നും ഏൽക്കാതെ താഴെയിറക്കി.

"മനുഷ്യക്കുട്ടികൾക്കു പക്ഷിജീവിതം പറഞ്ഞിട്ടില്ല കുട്ടീ. നീ നിന്റെ വീട്ടിലേക്കു തിരിച്ചു പൊയ്ക്കൊള്ളൂ. ങാ, പിന്നെ ഒരു കാര്യം ഓർത്തോളൂ. കുട്ടികളെ പിടിച്ചുകൊണ്ടുപോകാൻ നാട്ടിൽ ആളിറങ്ങിയിട്ടുണ്ട്. അനാവശ്യമായി ആരോടും കൂട്ടുചേരേണ്ട. കേട്ടോ."

കുഞ്ഞാമിന പരുന്തിന്റെ വാക്കുകൾ തലകുലുക്കി സമ്മതിച്ചു. അപ്പോഴേക്കും വീട്ടുകാർ കുഞ്ഞാമിനയെ തിരയാൻ തുടങ്ങിയിരുന്നു.

ഇരുപത്തഞ്ച്
അഹങ്കാരിയായ കരിമ്പൂച്ച

ഒരിക്കൽ ഒരു കാട്ടിൽ ഒരു കരിമ്പൂച്ച ജീവിച്ചിരുന്നു. അവൻ രാത്രികാലങ്ങളിലാണു പുറത്തിറങ്ങി നടക്കുക. മുന്നിൽ വന്നുപെടുന്നവരെയൊക്കെ തീപോലെ തിളങ്ങുന്ന ഉണ്ടക്കണ്ണുകൾ കാട്ടി പേടിപ്പിക്കുന്നതായിരുന്നു കരിമ്പൂച്ചയുടെ വിനോദം. അങ്ങനെ മറ്റുള്ളവരെ ഭയപ്പെടുത്താൻ കരിമ്പൂച്ച എന്നും കൂടുതൽ സമയം കണ്ടെത്തി.

ഇന്നെന്താ ഒരാളെയും കാണുന്നില്ലല്ലോ? എന്നെ ഭയന്ന് എല്ലാവരും മാളത്തിൽക്കയറി ഒളിച്ചിരിക്കുകയാവും, അവൻ ഓർത്തു. പതിവുപോലെ അന്നുരാത്രി പുറത്തിറങ്ങിയ കരിമ്പൂച്ചയെ ആരോ തൂക്കിയെടുത്തു മേലോട്ടുയർത്തി. ങേ! കരിമ്പൂച്ച നടുങ്ങി വിറച്ചു. ഭയം കൊണ്ടു കരിമ്പൂച്ചയുടെ താടിയെല്ലുകൾ കിടുകിടെ കൂട്ടിയിടിച്ചു.

കാടിനെ വിറപ്പിച്ചു നടന്നിരുന്ന ചെമ്പൻ കരടിയായിരുന്നു

അത്. ഒരു മുയൽക്കുഞ്ഞിനെപ്പോലെ കൈകാലുകൾ ചുരുട്ടിവെച്ചു ചെമ്പന്റെ കൈയിൽ കരിമ്പൂച്ച തൂങ്ങിക്കിടന്നു.

"എത്ര ദിവസമായി എന്തെങ്കിലും കഴിച്ചിട്ടെന്നോ. ഇന്നു നിന്നെയെങ്കിലും കിട്ടിയില്ലായിരുന്നെങ്കിൽ എന്റെ കാര്യം കഷ്ടത്തിലായേനെ. ഇന്നത്തേക്കു നീ തന്നെ ധാരാളം."

ചെമ്പന്റെ നേരെ നോക്കാൻ കെൽപ്പില്ലാതെ കരിമ്പൂച്ച കണ്ണുകൾ ഇറുക്കിയടച്ചു. ഇത്രയും നാൾ മറ്റുള്ളവരെ ഭയപ്പെടുത്തിയതിനു ദൈവം തന്ന ശിക്ഷയാണിത്, പശ്ചാത്തപത്തോടെ കരിമ്പൂച്ച ഓർത്തു.

ചെമ്പൻ കരടി അടുപ്പുകൂട്ടി. വലിയൊരു ചീനച്ചട്ടിയിൽ എണ്ണയൊഴിച്ചു. "ഈ എണ്ണ തിളച്ചു കഴിയുമ്പോൾ നിന്നെ ഞാൻ പൊരിച്ചു തിന്നും. കരിമ്പൂച്ചക്കൂട്ടാനാണ് ഇന്ന് എന്റെ വിഭവം."

ചെമ്പൻ ഓർമ്മിപ്പിച്ചു.

"അവസാനമായി എന്തെങ്കിലും പറയാനുണ്ടോ നിനക്ക്?"

കരിമ്പൂച്ചയെ നേർക്കു നേരെ ഉയർത്തിപ്പിടിച്ചു കൊണ്ടു ചെമ്പൻ ചോദിച്ചു.

കരിമ്പൂച്ച കണ്ണു തുറന്നതും പെട്ടെന്ന് അവന്റെ കണ്ണുകളിൽ നിന്നും ഒരു മിന്നൽ പ്രകാശം ചെമ്പന്റെ നേരെ പാഞ്ഞു ചെന്നു. പെട്ടെന്നു ഭയന്നു പോയ ചെമ്പൻ അടിതെറ്റി, തിളച്ചു മറിഞ്ഞ എണ്ണയിലേക്കു വീണു. കരിമ്പൂച്ച തെറിച്ചു താഴെയും വീണു. പിന്നെ ദേഹമാകെ പൊള്ളിവെന്ത ചെമ്പൻ കരടി പിടഞ്ഞെഴുന്നേറ്റ് അലറിയതും, കരിമ്പൂച്ച രക്ഷപ്പെട്ട് ഓടിയൊളിച്ചതുമെല്ലാം ഞൊടിയിടയിലായിരുന്നു!

അഹങ്കാരം ശമിച്ചു ചെയ്തു പോയ അപരാധങ്ങൾക്കു പശ്ചാത്തപിച്ചതിനാൽ ദൈവം തന്നെ രക്ഷിച്ചതാണെന്ന് ഉറച്ചു വിശ്വസിച്ച കരിമ്പൂച്ച, പിന്നീട് ആരെയും ഉപദ്രവിക്കാതെ നല്ല കുട്ടിയായി ജീവിച്ചു.

○○

ഇരുപത്തിയാറ്

മക്കളെ കണ്ടും മാമ്പൂ കണ്ടും...

ഒരു തേന്മാവിൽ നിറയെ മാമ്പൂക്കൾ വിടർന്നു നിന്നിരുന്നു. ദിവസം പോകെ, പൂമ്പൊടിയേറ്റു പൊടി പോലെ മുളച്ചുവന്ന ഉണ്ണിമാ

ങ്ങകളെക്കണ്ടു മാവ് ഏറെ സന്തോഷിച്ചു. കാണെക്കാണെ ഉണ്ണി മാങ്ങകൾ വളർന്നുവന്നു. മാങ്ങയുടെ ഉള്ളിലെ കാമ്പിനു കനം വച്ചു തുടങ്ങി. അപ്പോഴേക്കും മാമ്പൂ ക്ഷീണിച്ച് ഉണങ്ങിത്തുടങ്ങിയിരുന്നു. ഉണ്ണിമാങ്ങകൾ കണ്ണിമാങ്ങകളായി. പിന്നീടു പച്ച മാങ്ങയായി മാറി. അതും കഴിഞ്ഞു പച്ചമാങ്ങകൾ മൂത്തുപഴുക്കാൻ തുടങ്ങി.

മൂത്തു പഴുത്ത മാമ്പഴങ്ങൾ തേടി അയലത്തെ കിടാങ്ങളുമെത്തി. കൊതിമൂത്ത കിടാങ്ങൾ, അവരുടെ കൈയിൽ മാമ്പഴങ്ങൾ എറിഞ്ഞുവീഴ്ത്താനുള്ള കവണയും കരുതിയിരുന്നു. എന്നാൽ ആ തേന്മാവിന്റെ ഉടമസ്ഥൻ, മാവുപൂക്കാൻ തുടങ്ങിയ കാലം മുതൽക്കേ മാമ്പഴം മോഹിച്ചു കണ്ണിലെണ്ണയുമൊഴിച്ചു കാത്തിരിക്കുന്നുണ്ടായിരുന്നു. കുട്ടികൾ മാവിൻചുവട്ടിൽ ഒത്തുകൂടിയപ്പോൾ "ഡാ, ഓടെടാ..." എന്നുപറഞ്ഞ് ഉടമസ്ഥൻ ചൂരൽവടിയുമായി ഓടിയെത്തി അയൽക്കിടാങ്ങളെ ഓടിച്ചു വിട്ടു.

ഉടമസ്ഥന്റെ പരാക്രമം കണ്ടു മാമ്പഴക്കൂട്ടങ്ങൾ ഒരുകെട്ടു ചിരിപ്പടക്കങ്ങൾ പൊട്ടിച്ചുവിട്ടു. പൊട്ടിവീണ ചിരിപ്പടക്കത്തിൽ കൂട്ടിമുട്ടി മാമ്പഴങ്ങൾ തുരുതുരെ താഴെ വീണു. മാമ്പഴങ്ങൾ വന്നുവീണത് ഉടമസ്ഥന്റെ ദേഹത്തേക്കായിരുന്നു. ഉടമസ്ഥന്റെ ദേഹമാകെ ഉണ്ണിമാങ്ങകൾ പോലെ വീർത്തു വന്നു. മാമ്പഴങ്ങളാകെ ചതഞ്ഞു മോശമാവുകയും ചെയ്തു. മാമ്പഴങ്ങൾ കണ്ടുകൊതിച്ച അയൽക്കിടാങ്ങൾക്കും, മാമ്പൂവിനേയും മാമ്പൂവിന്റെ മക്കളേയും കണ്ടു കൊതിച്ച ഉടമസ്ഥനും മാമ്പഴങ്ങളെ സ്വന്തമാക്കാനായില്ല.

അന്നു മുതലാണത്രേ, മക്കളെക്കണ്ടും മാമ്പൂ കണ്ടും കൊതിക്കരുത് എന്ന ചൊല്ലുണ്ടായത്.

ഇരുപത്തിത്തേഴ്
വിത്തും വിതയും

കിങ്ങിണിയും മണികണ്ഠനും കൂട്ടുകാരാണ്. അങ്ങു തമിഴ്നാട്ടിൽ നിന്നും കുടിയേറിയ കുടുംബത്തിലെ പൂച്ചകളായിരുന്നു അവർ. രണ്ടാളും അടുത്തുള്ള അങ്കണവാടിയിൽ അക്ഷരം പഠിക്കാനെത്തി. "കിങ്ങിണിയും മണികണ്ഠനും ഇവിടെ വരൂ." വരയനാട് രണ്ടാളേയും അരികിലേക്കു വിളിച്ചു. വരയനാടായിരുന്നു ആ അങ്കണവാടിയിലെ ടീച്ചർ. താഴെ വിരിച്ചിട്ട വാഴയിലയിൽ ഇരുവ

രെയും പിടിച്ചിരുത്തി ടീച്ചർ പറഞ്ഞു. "ഇതാ, ഇങ്ങനെയെഴുതൂ."

ആദ്യാക്ഷരമായ 'അ' തന്നെ വരയനാട് കിങ്ങിണിയുടെ മുത്തു പിടിപ്പിച്ച സ്ലേറ്റിൽ വരച്ചിട്ടു. കൂർത്ത സ്ലേറ്റ് പെൻസിൽ കൊണ്ടുള്ള വര തട്ടിയപ്പോൾ ഇക്കിളിപൂണ്ട സ്ലേറ്റ് കിലുകിലെ ചിരിക്കാൻ തുടങ്ങി. അതുകണ്ടു കിണുകിണെ ചിരിച്ചു കൊണ്ടു കിങ്ങിണി, അവളുടെ സ്ലേറ്റിൽ ആദ്യാക്ഷരമായ 'അ' എഴുതി. വരയനാടിനു കിങ്ങിണിയുടെ 'അ' വളരെ ഇഷ്ടപ്പെട്ടു.

അതുകഴിഞ്ഞു വരയനാടു മണികണ്ഠന്റെ സ്ലേറ്റിലും ഒരു 'അ' വരച്ചിട്ടു. മണികണ്ഠന്റെ സ്ലേറ്റ് കാലപ്പഴക്കം കൊണ്ടു തേഞ്ഞതായിരുന്നു. 'അ' വരച്ചപ്പോൾ സ്ലേറ്റിന് അതിയായി നൊന്തു. 'ങീ, ങീ...' സ്ലേറ്റ് കരയാൻ തുടങ്ങി. തന്റെ സ്ലേറ്റ് കരയുന്നതു കണ്ടപ്പോൾ മണികണ്ഠനും സങ്കടം വന്നു. വരയനാടു തന്നെ വേഗം എഴുതിയതു മായ്ച്ചു കൊടുത്തു. സ്ലേറ്റിനേയും മണികണ്ഠനേയും ആശ്വസിപ്പിച്ചു വീട്ടിൽ പറഞ്ഞു വിട്ടു.

പിറ്റേ ദിവസം മുത്തു പിടിപ്പിച്ച, കുലുങ്ങിക്കുലുങ്ങിച്ചിരിക്കുന്ന സ്ലേറ്റുമായാണു മണികണ്ഠൻ കയറിവന്നത്. "ഹായ് ഹായ്, നോക്കിക്കേ എല്ലാവരും... എന്റെ പുത്തൻ സ്ലേറ്റുകണ്ടോ?" അവൻ തുള്ളിച്ചാടി.

"നന്നായി. ഇനി നിനക്കും അക്ഷരം പഠിക്കാമല്ലോ" വരയാനാടിനും സന്തോഷമായി. "ഈ സ്ലേറ്റ് ഇന്നലെ കൊണ്ടുവന്നിരുന്നുവെങ്കിലോ?" വരയനാടു ചോദിച്ചു. "വരയൻ ടീച്ചറേ, ഇതു കിങ്ങിണി പറഞ്ഞിട്ടു വീട്ടച്ഛൻ വാങ്ങിത്തന്നതാ." പുത്തൻ സ്ലേറ്റിന്റെ വിശേഷം വള്ളിപുള്ളി വിടാതെ മണികണ്ഠൻ വിശദീകരിച്ചു.

"കൊള്ളാം നന്നായി. നന്മ, വിതയ്ക്കാനും കൊയ്യാനും ഉള്ളതാണ്." വരയൻ സ്നേഹത്തോടെ പറഞ്ഞു.

○○

ഇരുപത്തിയെട്ട്
മിട്ടുവിനു പറ്റിയ പറ്റ്

വട്ടക്കുട്ടയുമായി മീൻ പിടിക്കാനിറങ്ങിയതാണ് മിട്ടുക്കുരങ്ങ്. അവൻ സ്വന്തമായി നെയ്തെടുത്ത കുട്ടയാണത്. ആ കുട്ടയ്ക്ക് മിട്ടുക്കുരങ്ങിനോട് വലിയ സ്നേഹവുമാണ്. തലയിൽ കമിഴ്ത്തിവച്ച കുട്ട ഇരുവശത്തേക്കും ആട്ടിയാട്ടിയാണു മൂപ്പിലാന്റെ നടപ്പ്.

"മിട്ടൂ.. ഞാൻ കൂടി വരട്ടെ..?" മലയണ്ണാനാണ്.

“വേണ്ട...വേണ്ട. കുട്ട നിറയെ മീൻ പിടിക്കാനുള്ളതാ. നീ കൂടെ വന്നാൽ അത്രയും സ്ഥലം വെറുതെയാവില്ലേ. നീ വരണ്ട.”

“എന്നാ വേണ്ട.‘ മലയണ്ണാൻ പിന്തിരിഞ്ഞു. കുറച്ചു ദൂരം കഴിഞ്ഞതേയുള്ളൂ പുറകിൽ നിന്നൊരു വിളി. “കുരങ്ങച്ചാ, ഞാൻ കൂടി വരട്ടേ?”

“ഇതാര്? മുറിവാലനെലിയോ? അയ്യയ്യേ..മാറിപ്പോ മാറിപ്പോ, എനിക്കറിയാം നീയെന്റെ കുട്ട കരണ്ടു തിന്നാനുള്ള വരവല്ലേ? നീയെന്റെ കൂടെ വരികയേ വേണ്ട.” മിട്ടുക്കുരങ്ങ് മീൻകടവ് ലക്ഷ്യമാക്കി തലയിലെ കുട്ടയും ആട്ടി നടന്നു. “മിട്ടു എവിടേക്കാ?” വഴി തടഞ്ഞു കിടക്കുകയാണ് വളവളപ്പൻ പാമ്പുകുട്ടപ്പൻ.

“ഓ, ഒന്നുമില്ലെന്നേ. ഞാനിത്തിരി മീൻ പിടിക്കാൻ പോകുകയാ.” ഹും, അവന്റെ ഒരു ചോദ്യം. മിട്ടു മനസ്സിൽ പറഞ്ഞു.

“ഞാനും വന്നോട്ടെ നിന്റെ കൂടെ? ഞാൻ കുട്ടയുടെ അരികിലായി വളഞ്ഞുകൂടി കിടന്നോളാം.”

“കുട്ടപ്പാ, നീ തമാശ പറയല്ലേ. നിന്നെക്കണ്ടാൽ ഒരൊറ്റ മീൻ പോലും അടുക്കില്ല. അവരൊക്കെ പേടിച്ചോടും. എന്തായാലും നീ വരണ്ട.” ഒന്നും മിണ്ടാതെ കുട്ടപ്പൻ ഒരരികിലേക്ക് ഇഴഞ്ഞു മാറി.

“കുരങ്ങച്ചാ, ഏയ്... പൂയ്... പോകല്ലേ. അവിടെ നിന്നേ.”

ഓഹ്... നാശം, ദേ പിന്നേം ആരാണ്ട് വിളിക്കുന്നു.

“ഉം എന്താ?” മിട്ടു തിരിഞ്ഞു നിന്നു. ചട്ടുകാലൻ എട്ടുകാലി ആയിരുന്നു അത്.

“ങാഹാ നീയായിരുന്നോ?”

“അതെ ഞാൻ തന്നെ” ചട്ടുകാലൻ പറഞ്ഞു.

“ആട്ടെ, നീയെവിടെ പോകുവാ?” ചട്ടുകാലൻ ചോദിച്ചു.

ഒന്നു പുറത്തിറങ്ങിയാ മതി. ഓരോ ചോദ്യങ്ങള്! എവിടെ പോകുവാ, എവിടെ പോകുവാ? മിട്ടുവിന് ആകെ ദേഷ്യം വന്നു. ഓരോന്നു വന്നോളും മിട്ടുവിനെ മെനക്കെടുത്താൻ.

“ചോദിച്ചതു കേട്ടില്ലേ? ഈ കുട്ടയുമായി എങ്ങോട്ടാണെന്ന്?” ചട്ടുകാലൻ വീണ്ടും ചോദിച്ചു.

“ഓഹ്, ഇച്ചിരി മീൻ കിട്ടോന്നു നോക്കാനാ.”

“എന്നാ ഞാനീ കുട്ടയുടെ അരികിൽ ഇത്തിരി വല കൂട്ടിക്കോട്ടെ?”

“ഇതൊരു ശല്യമായല്ലോ. നീ നിന്റെ പാട്ടിന് പോ ചട്ടുകാലീ.” ദാ പിന്നെയും അരൊക്കെയോ വിളിക്കുന്നുണ്ട്! അരിശം പൂണ്ടു മിട്ടു ആരേയും മൈന്റ് ചെയ്യാതെ നടന്നു. അങ്ങനെ മിട്ടുക്കുരങ്ങ്

തടാകക്കരയിലെത്തി, തലയിലെ വട്ടക്കൂട നീരിലിറക്കി. കൈയിൽ കരുതിയ പങ്കായമടൽ കൊണ്ടു വെള്ളത്തിൽ തുഴഞ്ഞു. കുട്ടയും മിട്ടുവും വെള്ളത്തിലൂടെ ചാഞ്ചാടി നീങ്ങി. മീനുകളെല്ലാം തല പൊക്കി മിട്ടുക്കുരങ്ങിന്റെ വട്ടക്കുട്ടയിലേക്ക് എത്തിനോക്കി.

മിട്ടുക്കുരങ്ങ് ചോദിച്ചു. “മീൻകൂട്ടുകാരേ, വരണുണ്ടോ എന്റെ കൂടെ?”

“അയ്യയ്യോ, ഇല്ലില്ല. ഞങ്ങളില്ല. നീ ഞങ്ങളെ പിടിച്ചുതിന്നും” മീനുകളെല്ലാം ഒന്നിച്ചു പറഞ്ഞു.

“അതു നിങ്ങൾക്കു വെറുതെ തോന്നുതല്ലേ. നിങ്ങളെ കൂടെക്കൂട്ടാൻ എത്ര കൂട്ടുകാരെയാണെന്നോ ഞാൻ പിണക്കിയത്? എന്റെ കൂടെ വരാമോ?”

“ഇല്ലില്ല, ഞങ്ങളില്ല.” മീനുകൾ കൂട്ടത്തോടെ അടിത്തട്ടിലേക്ക് ഊളിയിട്ടു. മിട്ടു വട്ടക്കുട്ടയുമായി തടാകത്തിലാകെ തുഴഞ്ഞു നടന്നു. ഒരൊറ്റ മീൻ പോലും ഉയർന്നു വന്നില്ല. മീൻ തിരഞ്ഞു തിരഞ്ഞു മിട്ടുവിനു ദിശതെറ്റി.

“മിട്ടൂ... മിട്ടൂ... നീ അവിടേക്കു പോകല്ലേ. നമുക്കു വഴി തെറ്റി. തിരികെ പോകാം.” ഇതാരാ എന്റെ പേരു വിളിക്കാൻ, അതും ഈ തടാകത്തിൽ?

“മിട്ടൂ... ഇവിടേക്കു നോക്കൂ, ഞാൻ നിന്റെ വട്ടക്കുട്ടയാ. ഇനി മുന്നോട്ടു പോയാൽ ആപത്താ.”

“നീയോ? മിണ്ടാതിരിക്ക്. എത്ര വന്നാലും നിന്നെ നെയ്തെടുത്തതു ഞാനാ. ആ എന്നെ നീ പഠിപ്പിക്കാൻ വരുന്നോ?”

“മിട്ടൂ... നീ നെയ്യുന്നതിനു മുൻപ് എന്റെ പേരു ഈറ്റ എന്നായിരുന്നു. നീയല്ലേ എനിക്കു കുട്ടയെന്നു പേരിട്ടത്? ഞാൻ നിന്നിരുന്ന ഇടത്തേക്കാ നമ്മളിപ്പോൾ പോകുന്നത്. അവിടം അപകടമാ.”

“ഒന്നു മിണ്ടാതിരിക്കുന്നുണ്ടോ? എനിക്കു ദേഷ്യം വരുന്നുണ്ട്.” മിട്ടുക്കുരങ്ങ് വട്ടക്കുട്ടയുടെ വായടപ്പിച്ചു. മിട്ടു, കുട്ട തുഴഞ്ഞെത്തിയത് ഒരു സിംഹമടയിലേക്കായിരുന്നു. മിട്ടുക്കുരങ്ങ് വട്ടക്കുട്ടയിൽ തുഴഞ്ഞു നടക്കുന്നതു സിംഹരാജൻ അകലെ നിന്നേ കണ്ടിരുന്നു. കുട്ട കരയിൽ തൊട്ടതും ഒറ്റയടിക്കു സിംഹം മിട്ടുക്കുരങ്ങിന്റെ മേൽ ചാടി വീണു.

കഷ്ടം! അനാഥനായ വട്ടക്കുട്ട തടാകക്കരയിലിരുന്നു കണ്ണീർ വാർത്തു.

○○

ഇരുപത്തിയൊമ്പത്
സുഗന്ധം വരുത്തിയ വിന

ഒരു അരിമുല്ലപ്പൂച്ചെടിയിൽ നിറയെ മുല്ലപ്പൂക്കൾ വിരിഞ്ഞു നിന്നിരുന്നു. നല്ല വെളുത്തുമിനുത്ത മുല്ലപ്പൂക്കളെ കാണാൻ എന്തൊരഴകാണെന്നോ. ഈ അരിമുല്ല നട്ടതു മറ്റാരുമല്ല, ഞാൻ തന്നെയാണ്. അരിമുല്ല മാത്രമല്ല, പിച്ചിപ്പൂവും മന്ദാരവും ഒക്കെ ഞാൻ നട്ടു പിടിപ്പിച്ചിട്ടുണ്ടായിരുന്നു. എന്റെ മുറ്റം നിറയെ നല്ല നിറമുള്ള, മണമുള്ള, ഔഷധഗുണമുള്ള നാട്ടുപൂക്കൾ നിറഞ്ഞങ്ങനെ നിന്നിരുന്നു. എന്റെ അനിയത്തിക്കുട്ടികൾ വെള്ളവും വളവുമായി എനിക്കൊപ്പം കൂടി. അങ്ങനെ ഞങ്ങൾ നട്ട പൂച്ചെടികൾ വളർന്നു വലുതായി പൂക്കൾ നിറഞ്ഞു നിന്നു.

എന്റെ അനിയത്തിക്കുട്ടികൾ മഹാ വഴക്കാളികളാണ്. ഒരു ദിവസം കളിക്കിടയിൽ അവർ വഴക്കു കൂടി. വഴക്കു വലുതായി ചെടികളുടെ കാര്യത്തിലുമെത്തി.

"ഞാൻ വളമിട്ടതുകൊണ്ടാ ഈ ചെടികളെല്ലാം പൂത്തത്."

"അല്ലല്ല. ഞാൻ വെള്ളമൊഴിച്ചില്ലായിരുന്നെങ്കിൽ ഇതു മുളയ്ക്കുകയേ ഇല്ലായിരുന്നു."

അവർ അടികൂടി.

കരച്ചിലും പ്രശ്നവുമൊക്കെ തെല്ലൊന്നടങ്ങിയപ്പോൾ ഒരാൾ പറഞ്ഞു, "ഞാൻ നനച്ച അരിമുല്ലക്ക് എന്തൊരു സുഗന്ധമാണ്. മണത്തു നോക്കിയേ. അരിമുല്ലയുടെ ഗന്ധമാ ഒഴുകിവരുന്നത്."

"ആണോ? അതു ശരി."

രണ്ടാമത്തെയാൾ ഓടി പുറത്തിറങ്ങി. അരിമുല്ലയെ ചുവടോടെ പിഴുതെടുത്തു.

"ഇതാ ഇപ്പോൾ മണമുണ്ടോ എന്നു നോക്കിയേ." പാവം അരിമുല്ല. സുഗന്ധം പരത്തിയതിന് അരിമുല്ലക്കു കിട്ടിയ ശിക്ഷ നോക്കണേ.

ഇപ്പോൾ വീടുകളിൽ നാട്ടുചെടികൾ അപൂർവ്വമായേ കാണാറുള്ളൂ അല്ലേ?

ഇനി മുതൽ കൂട്ടുകാരുടെ വീട്ടിലും നാട്ടുചെടികൾ നട്ടുപിടിപ്പിക്കണം കേട്ടോ. മണവും ഭംഗിയും ഗുണവും ഉണ്ടവയ്ക്ക്.

മുപ്പത്
കൊച്ചൗസേപ്പും പൈജാമക്കുട്ടിയും

കൊച്ചൗസേപ്പ് വല്ലാത്തൊരു തമാശക്കാരനായിരുന്നു. കൊച്ചൗസേപ്പിന്റെ തമാശ കേൾക്കാൻ കവലയ്ക്കരികിലെ ആലിൻചുവട്ടിലേക്ക് ആളുകൾ ഒഴുകിയെത്താറുണ്ട്. കൊച്ചൗസേപ്പിന്റെ കേൾവിക്കാരിൽ 'പൈജാമ' എന്നു പേരുള്ള ഒരു ശീലക്കുട്ടിയുമുണ്ടായിരുന്നു. കുസൃതിക്കുടുക്കയായ നല്ല ഒന്നാന്തരമൊരു ശീലക്കുട്ടി! ആ ശീലക്കുട്ടി, കൊച്ചൗസേപ്പിന്റെ തമാശകൾ കേട്ട് അയമേൽക്കിടന്ന് ആടിക്കളിക്കും. അടുത്തുതന്നെ വിരിച്ചിട്ട ഒറ്റമുണ്ടും രണ്ടാംമുണ്ടും ചിരിച്ചുചിരിച്ചു വശംകെട്ടു പാറിപ്പറന്നു നിലത്തും വീഴും. പൈജാമയേയും മുണ്ടുകളേയും മറ്റു തുണിക്കൂട്ടരേയും നനച്ചുണക്കാൻ ഇടയ്ക്കിടെ മഴക്കിടാങ്ങളും സൂര്യൻ മുത്തപ്പനും എത്താറുണ്ട്. ഇവരോടൊക്കെ വഴിപോക്കൻ കുറുങ്കാറ്റിനു വല്ലാതെ അരിശം വന്നു. മഹാ കുശുമ്പനായിരുന്നു ഈ കുറുങ്കാറ്റ്. പോണപോക്കിൽ ചിരിച്ചുചിരിച്ചു മറിയുന്ന പൈജാമയെയും മുണ്ടുകളേയും ശക്തിയായി വീശി വേദനിപ്പിക്കും.

"എപ്പോ നോക്കിയാലും കിക്കികീന്ന് ഒരു ഇളി, ഹും!"

കാറ്റു പൈജാമയ്ക്കു മേൽ ആഞ്ഞു വീശിക്കൊണ്ടു പറഞ്ഞു.

"അതേയ്, പൈജാമക്കുട്ടിയെ വഴക്കു പറയാൻ നിനക്കെന്തു കാര്യം?"

മുതിർന്ന ഒറ്റമുണ്ടു കാറ്റിന്റെ മേലെ തട്ടിക്കയറി. കുറുങ്കാറ്റിനു കോപം കലശലായി. ശീലക്കുട്ടികളെ അച്ചടക്കം ശീലിപ്പിക്കാത്ത ഒറ്റമുണ്ടിനു നേരെ കുറുങ്കാറ്റ് ആഞ്ഞാഞ്ഞു വീശി. കിർ...ർ...ർ.... ഒറ്റമുണ്ടിന്റെ ദേഹം നെടുനീളെ മുറിഞ്ഞു പോയി. ഒറ്റമുണ്ടിന്റെ കീറലിനുള്ളിലൂടെ പൈജാമക്കുട്ടി കണ്ടു, ആൽത്തറയിലിരുന്നു തമാശ പറയുന്ന കൊച്ചൗസേപ്പിനെ. പൈജാമ കാതോർത്തു. മുറിവിനിടയിലൂടെ തമാശകൾ ഓരോന്നോരോന്നായി അരിച്ചരിച്ചു പൈജാമക്കുട്ടിയുടെ കാതിലെത്തി. അവൾ കുടുകുടെ ചിരിക്കാൻ തുടങ്ങി. ഇത്തവണ കോപം വന്നത് ഒറ്റമുണ്ടിനാണ്. തനിക്ക് വലിയ മുറിവു പറ്റിയിട്ടും പരിസരം മറന്നു ചിരിക്കുന്ന പൈജാമയോട് ആദ്യമായി ഒറ്റമുണ്ടിന് ഇഷ്ടക്കേടുണ്ടായി.

ഒറ്റമുണ്ടു കൊച്ചൗസേപ്പിനെ വിളിച്ചു നീട്ടികരഞ്ഞു.

"അയ്യോ, എന്റെ ദേഹം മുറിഞ്ഞു പോയേ... "

അതാ എന്റെ ഒറ്റമുണ്ടു കരയുന്നു. കൊച്ചൗസേപ്പു തമാശ മതി

യാക്കി ഒറ്റമുണ്ടിനരികിലേക്ക് ഓടിയെത്തി. മുണ്ടു കൈയിലെടുത്തു നെടുനീളൻ മുറിവ് അയാൾ തുന്നിക്കൂട്ടി. കൊച്ചൗസേപ്പിന്റെ തുന്നൽസൂചിയുടെ കണ്ണുവെട്ടിച്ച് ഒരു കൊച്ചു കീറൽ മാത്രം പതുങ്ങി നിന്നിരുന്നു. കീറിയ മുണ്ടുടുത്തു തമാശ പറയാൻ വന്ന കൊച്ചൗസേപ്പിനെ കണ്ടു നാട്ടുകാർ കളിയാക്കിച്ചിരിക്കാൻ തുടങ്ങി. അതു കണ്ടപ്പോൾ പൈജാമക്കുട്ടിക്കും രണ്ടാം മുണ്ടിനും മറ്റു ശീലക്കുട്ടികൾക്കും വിഷമമായി. പൈജാമക്കുട്ടി കൊച്ചൗസേപ്പു ചുറ്റി നിന്ന ഒറ്റമുണ്ടിനോടു ക്ഷമ ചോദിക്കാൻ ചെന്നു. അപ്പോഴാണു പൈജാമക്കുട്ടി ഒളിച്ചിരിക്കുന്ന ഒരു കുഞ്ഞു കീറലിനെ കണ്ടുപിടിച്ചത്. ഈ കീറലാണ് ആളുകളെക്കൊണ്ടു കളിയാക്കിച്ചിരിപ്പിച്ചത്. അതോടെ പൈജാമക്കുട്ടി വേഗം തുന്നൽസൂചിയെ വിളിച്ചുവരുത്തി ആ കീറലും തുന്നിക്കൂട്ടി.

ഒറ്റമുണ്ടിനു ആപത്തു വന്നപ്പോൾ അതിന്റെ ഗൗരവം ശ്രദ്ധിക്കാതെ കൊച്ചൗസേപ്പിന്റെ തമാശകേട്ട് ആർത്തുചിരിച്ചതിൽ പൈജാമക്കുട്ടിക്കു കുറ്റബോധം തോന്നി. അവൾ ഒറ്റമുണ്ടിനോടു മാപ്പു ചോദിച്ചു.

“സാരമില്ല. ഞാൻ ക്ഷമിച്ചിരിക്കുന്നു. നമുക്കിനിയും ഔസേപ്പേട്ടന്റെ തമാശ കേൾക്കണ്ടേ?”

“പിന്നേ വേണ്ടേ... ”

പൈജാമക്കുട്ടി പൊട്ടിച്ചിരിച്ച് അയയിൽ കിടന്ന് ഇളകിയാടി.

“ചെയ്തുപോയതു തെറ്റാണെന്നു തിരിച്ചറിഞ്ഞാൽ മാപ്പു പറയാൻ മടിക്കേണ്ട.” വഴിപോക്കൻ കുറുങ്കാറ്റു പൈജാമക്കുട്ടിയുടെ ചെവിയിൽ മന്ത്രിച്ച് ആ വഴി കടന്നുപോയി.

○○

മുപ്പത്തൊന്ന്
ചിന്നൻ കണ്ട സ്വപ്നം

ഓർക്കാപ്പുറത്ത് ഓലപ്പടക്കം പൊട്ടിയതുകേട്ടാണു ചിന്നൻമുയൽ ചാടിയെഴുന്നേറ്റത്. അതാ ഒരു കയ്യിൽ ഓലപ്പടക്കവും മറ്റേ കയ്യിൽ ലൈറ്ററും പിടിച്ചു പാക്കരനെലി വീണ്ടും പടക്കത്തിനു തീ കൊളുത്താൻ ഒരുങ്ങുകയാണ്.

“പാക്കരാ വിഷു വന്നിട്ടു പോരേ നിന്റെ പടക്കം പൊട്ടിക്കൽ? തട്ടിൻപുറത്തു പടക്കം പൊട്ടിച്ചാൽ വീടിനു തീ പിടിച്ചു നമ്മൾ

രണ്ടാളും ചത്തുപോകും. നീയതവിടെ വയ്ക്ക്. വല്ലാതെ ഉറക്കം വരുന്നു. ഞാനുറങ്ങട്ടെ."

പാക്കരൻ സമ്മതിച്ചു, "ശരി, ചിന്നാ നീ ഉറങ്ങിക്കോ."

പാക്കരനൊരു കുസൃതിക്കാരനാണേ. ചിന്നൻ വീണ്ടും ഉറങ്ങാൻ കിടന്നു. ചിന്നന്റെ കണ്ണുകളെ ഉറക്കം തഴുകിയതും ശ്..ശ്..ശ്.. ഠേ... അടുത്ത പടക്കവും പൊട്ടി! ചിന്നൻ പിന്നേം ഞെട്ടി! ഇക്കുറി ചിന്നന്റെ മീശയിൽ അല്പം പുകഞ്ഞും പോയി.

തിരിച്ചൊന്നും പറയാതെ ചിന്നൻ കോട്ടുവായിട്ടു തിരിഞ്ഞു കിടന്നു. മെല്ലെ.. മെല്ലെ ചിന്നൻ ഉറക്കം പിടിച്ചു. ഉറക്കത്തിനിടയ്ക്കു ചിന്നൻ സ്വപ്നം കാണാൻ തുടങ്ങി. സ്വപ്നത്തിൽ ചിന്നൻമുയൽ ഒരു കുറ്റിക്കാട്ടിലേക്കു പോയി. അപ്പോൾ കുറ്റിക്കാട്ടിൽ നിന്നും വരികയാണ് ഒരു കരിമൂർഖൻ.

"മൂർഖാ നീയെങ്ങോട്ടാ?"

സ്വപ്നത്തിലെ ചിന്നൻ മുയൽ ചോദിച്ചു.

"അവിടെ ആ തട്ടിൻപുറത്ത് ഒരു പാക്കരനുണ്ട്. ഞാനവനെ തിന്നാൻ പോവുകയാ."

ചിന്നനൊന്നു ഞെട്ടി. പിന്നെ കൈകൂപ്പി നിന്നു കൊണ്ടവൻ പറഞ്ഞു, "അയ്യോ മൂർഖാ, പാക്കരനെ തിന്നല്ലേ, അവനെന്റെ ചങ്ങാതിയാ. അവനൊരു പാവമാ." മൂർഖനു കലി കയറി.

അവൻ പത്തി ആവുന്നത്രയും വിരിച്ചു ചിന്നനെ പേടിപ്പിച്ചു. "ഹും അവൻ പാവമാണെന്നോ? മനുഷ്യർക്കെല്ലാം രോഗം വരുത്തുന്ന അവനെ ആരെങ്കിലും പാവമാണെന്നു പറയുമോ?"

"അപ്പോൾ നീ മനുഷ്യരെ കൊല്ലുന്നതോ? നീയൊന്നു ചീറ്റിയാൽ തന്നെ മറ്റുള്ളവർ മരിച്ചു വീഴില്ലേ?"

ഭയം പുറത്തു കാട്ടാതെ ചിന്നൻ ചോദിച്ചു.

അതുകേട്ട മൂർഖനൊന്നു തണുത്തു. "അതെന്റെ കുറ്റമല്ല ചങ്ങാതി. സത്യത്തിൽ മനുഷ്യരുടെ കൃഷി നശിപ്പിക്കുന്ന എലികളെ തിന്നുന്നതുവഴി അവരുടെ കൃഷി സംരക്ഷിക്കുകയല്ലേ ഞാൻ ചെയ്യുന്നത്? അതെന്താ നീ മനസ്സിലാക്കാത്തത്? പിന്നെ ആരെങ്കിലുമൊക്കെ മരിക്കുന്നെങ്കിൽ, അതെന്നെ ആക്രമിക്കാൻ വരുന്നവരെ ഞാൻ പ്രതിരോധിക്കുമ്പോൾ സംഭവിക്കുന്നതാ." കരിമൂർഖൻ സത്യവാനായി, എന്നിട്ട് വീണ്ടും ഇഴയാൻ തുടങ്ങി. എത്ര തടഞ്ഞിട്ടും പാക്കരനെ ഭക്ഷിക്കാനുള്ള ശ്രമം ഉപേക്ഷിക്കാതെ മൂർഖൻ മച്ചിൻമേലേക്കു നൂണ്ടു കയറി.

"അയ്യോ പാക്കരാ ഓടിക്കോ, പാമ്പ് വരുന്നേ... മൂർഖൻപാമ്പു

വരുന്നേ." ചിന്നൻ അലറി വിളിച്ചു.

കട്ടുതിന്നാനിറങ്ങുകയായിരുന്നു പാക്കരൻ. പാമ്പെന്നു കേട്ടതും ഭയന്നുവിറച്ച പാക്കരൻ ധും എന്നു താഴെ വീണു.

"അയ്യോ എന്റെ നടുവൊടിഞ്ഞേ..." പാക്കരൻ കരയാൻ തുടങ്ങി. ഒന്നും മനസിലാകാതെ പകച്ചിരിക്കുകയാണു ഞെട്ടി ഉണർന്ന ചിന്നൻ.

"ചിന്നാ എന്നെ രക്ഷിക്കെടാ. ആ മൂർഖൻ വരുംമുമ്പ് എന്നെ രക്ഷിക്കെടാ. എനിക്കനങ്ങാൻ വയ്യേ."

അപ്പോഴാണു ചിന്നനു സ്ഥലകാല ബോധം വന്നത്. പാക്കരനു പുരട്ടാനുള്ള പച്ചമരുന്നു കൈവെള്ളയിൽ കൂട്ടിത്തിരുമ്മി ചിന്നൻ പറഞ്ഞു, "ക്ഷമിക്ക് പാക്കരാ, ഇവിടെ പാമ്പൊന്നും വന്നിട്ടില്ല. ഞാനൊരു സ്വപ്നം കണ്ടതാ."

ചിന്നന്റെ മറുപടി കേട്ടതും പാക്കരൻ കീ കീ എന്നു ചിരിക്കാൻ തുടങ്ങി. പാക്കരൻ, പകുതി ചിരി ചിന്നനും പകർന്നു കൊടുത്തു. അവർ രണ്ടാളും നേരം വെളുക്കുവോളം ചിരിച്ചു ചിരിച്ചു രസിച്ചിരുന്നു.

ആത്മാർത്ഥതയുള്ള സ്നേഹിതർക്ക് എത്ര വലിയ കുസൃതിയും ക്ഷമിക്കാനാകും.